മഞ്ഞ് പൂക്കുന്നിടം

എസ് നബീൽ ടി.പി

Copyright © S Nabeel D.p
All Rights Reserved.

ഉള്ളടക്കം

ആമുഖം

പ്രണയം മധുരമാണ്. മനോഹരമായ ഓർമ്മകൾ സൃഷ്ടിക്കുന്ന, ചിലപ്പോൾ വേദനയുടെ നീറ്റലിൽ മനസ്സിൽ കുളിർമയോടെ ഓർക്കാൻ പറ്റിയ ഒന്നാണത്. അങ്ങ് ഹൈദരാബാദ് നഗരത്തിൽ വച്ച് അപ്രതീക്ഷിതമായി കണ്ടുമുട്ടുന്ന, പിന്നീട് അഗാധമായ പ്രണയത്തിലാകുന്ന കമിതാക്കളുടെ ജീവിതത്തിലേക്കുള്ള ഒരു എത്തിനോട്ടമാണ് മഞ്ഞ് പൂക്കുന്നിടം. ശരിയാണ് മഞ്ഞ് പൂക്കാറില്ല. പക്ഷേ വസന്തമെത്താറാവുമ്പോൾ ഇലകൾ കൊഴിഞ്ഞു പോവുകയും പുഷ്പിക്കാൻ കാത്തുനിൽക്കുന്ന പൂമൊട്ടുകൾക്കും പറയാനുള്ളത് എന്തൊക്കെയാവും? പുഷ്പങ്ങൾ മഞ്ഞിനെ പ്രണയിച്ചിട്ടുണ്ടാകില്ലേ? ഉണ്ടാവണം! ഇവിടെ പ്രണയമാണ് മഞ്ഞിന് പുഷ്പത്തോട്. വരൂ വന്നു തേൻ മധുരം നുണഞ്ഞാലും.

ഇതൊരു നോവലായി തോന്നിയതല്ല, മനസ്സിലുണ്ടായാ ഒരു കഥയുടെ ഒരുതരം അവതരണം മാത്രമാണിത്. വലിയ ലോകമില്ല ചെറിയ മനുഷ്യരുടെ ചെറിയ ചെറിയ കാര്യങ്ങൾ പറഞ്ഞു വെക്കുന്ന ഒരു ഹൃദ്യമായ പ്രണയത്തിന്റെ കഥ.

മുഖവുര

സഫുവാനുൽ നബീൽ താണിയംപാടത്ത്, മലപ്പുറം ജില്ലയിലെ നിലമ്പൂർ താലൂക്കിൽ വഴിക്കടവ് സ്വദേശം. ക്രൈസ്റ്റ് കിംഗ് ഹയർ സെക്കൻഡറി സ്കൂൾ മണിമൂളി എസ്എസ്എൽസിയും എടക്കര ഗവൺമെന്റ് ഹയർ സെക്കൻഡറി സ്കൂളിൽ നിന്ന് പ്ലസ് ടു പഠനവും പൂർത്തിയാക്കി. നിലവിൽ എറണാകുളം മഹാരാജാസ് കോളേജിൽ അവസാനവർഷ ചരിത്ര ബിരുദ വിദ്യാർത്ഥിയാണ്. കഴിഞ്ഞ വർഷങ്ങളിലായി ആനുകാലികങ്ങൾ, മാഗസിനുകൾ വാരികകൾ എന്നിവയിലായി കഥകളും കവിതകളും പ്രസിദ്ധീകരിച്ചിട്ടുണ്ട്. ഇടം ഓൺലൈൻ മാഗസിന്റെ സ്റ്റുഡന്റ് എഡിറ്ററാണ്. 2019 - ൽ ഓൺലൈൻ ബ്ലോഗുകളിൽ പ്രസിദ്ധീകരിച്ച മഞ്ഞു പൂക്കുന്നിടം എന്ന നോവലിന്റെ പുസ്തകരൂപമാണിത്.

കടപ്പാട്

തെറ്റുകുറ്റങ്ങൾക്കിടയിൽ ചേർത്തു പിടിച്ചവരോട്. വഴി നയിച്ചു മുന്നിൽ നിന്നവരോട്. കാലിടറാതെ നോക്കിയവർക്ക് ഈ വിനയന്റെ സ്നേഹം മാത്രം.

1

ജിജ്ഞാസയുടെ ഫോൺ കോൾ

ജിജ്ഞാസയുടെ ഫോൺ കോൾ

സമയം വൈകിട്ട് ഏകദേശം അഞ്ചുമണി അടുത്തിരിക്കുന്നു. ഹൈദരാബാദ് സിറ്റി പതിവുപോലെ അശാന്തമാണ്. സൂര്യൻ, നിദ്ര പ്രാപിക്കാനുള്ള ഒരുക്കത്തിലാണ്.എണ്ണ കുഴമ്പും, ബോഡി ഹവിങ് മസാജ് ഓയിലും പുരട്ടി യുള്ള ഏതൊക്കെയോ ചില തടിമാടൻ മാരുടെ ഫോട്ടോ പതിഞ്ഞ സൂയസ് , ജിംനേഷ്യമിലേക്കാണ് നമ്മുടെ കാഴ്ച. ആ സമയത്താണ് ഏതോ ഒരു പഴയ ഹിന്ദി ഗാനം ഉള്ള റിങ്ടോൺ അവിടെ മുഴങ്ങുന്നത്....

ജിംനേഷ്യയിൽ ഉള്ള, കൊഴുത്ത ജിം കട്ടകളുമായി അത്യധികം കരുത്തുറ്റ പോരാട്ടത്തിലാണ് നമ്മുടെ കഥാനായകൻ.

ആര്യൻ റോയ് പൂർണ്ണ ചെറുപ്പക്കാരൻ,,, ഇക്കഴിഞ്ഞ ഡിസംബർ പതിനാറാം തീയതി ആണ് അവന്റെ ഇരുപത്തിയഞ്ചാം പിറന്നാൾ ആഘോഷം ഡിസ്കോ കോമ്പോ ഹാളിൽ വച്ച് നടന്നത്... ജിയോഫോൺ ലിമിറ്റഡ് കമ്പനിയിലെ ഒരു ചെറിയ ഉദ്യോഗസ്ഥനാണ്, ചെറിയ ഉദ്യോഗസ്ഥൻ എന്നു പറഞ്ഞാൽ, പരസ്യ വിഭാഗത്തിൽ വിവിധ പദ്ധതികൾ തയ്യാറാക്കൽ ആണ് മുഖ്യ ചുമതല.

സുന്ദരൻ, സുമുഖൻ. നീണ്ടു മെലിഞ്ഞ ശരീരം, എന്നിരുന്നാലും, കൊഴുത്ത മസിൽ കൂമ്പാരം..

പവർ സ്റ്റാൻഡിന്റെ, അപ്പുറത്തെ ഷെൽഫിൽ ഇരിക്കുന്ന മൊബൈൽ ഫോണിന്റെ സ്ക്രീനിലേക്ക് ഒന്നെത്തിനോക്കി.. ഹസീബ് ആണ് വിളിക്കുന്നത്.

" സമയം അഞ്ചുമണി ആയതേ ഉള്ളൂ ഇത്ര നേരത്തെ ഇവന്ന് വിളിക്കാനായോ??.. "

വെറുതെ ഒരു ചോദ്യം, ആര്യൻന്റെ മനസ്സിൽ ഉയർന്നു.

ഒരു യോഗി രണ്ടിടം കേന്ദ്രീകരിക്കുന്നത് പോലെ ആര്യ ഫോൺ കോൾ അറ്റൻഡ് ചെയ്തു.. ഇപ്പോഴും ജിം പവർ റോക്കിന്റെ വയർ വലിക്കുന്നത് നിർത്തിയിട്ടില്ല.

" ഹലോ ഹസി പറ"

മൃദുവായ എന്നാൽ, ഒരു പക്ഷേ ചിലപ്പോൾ തരംഗം സൃഷ്ടിക്കാം എന്നു തോന്നിക്കുന്ന ഗംഭീരമായ ശബ്ദം...

"" ആ ആര്യ..

നിനക്കിപ്പോ, കോംബോ യിലേക്ക് വരാൻ പറ്റുമോ?.. ഇവിടെ നിനക്കുള്ള റൂംമേറ്റ് വന്നിട്ടുണ്ട്.. "

അച്ഛന്റെ ഏതോ കൂട്ടുകാരന്റെ കൂട്ടുകാരന്റെ ഉടമസ്ഥതയിലുള്ള കോംബോ യിലാണ് ആര്യൻ താമസിക്കുന്നത്...

എന്തോ ചെറിയ പരിഗണനയിൽ, അവന് താങ്ങാവുന്ന, മാസവാടക യെ അതിനുള്ളൂ..

പകലിനെ രാത്രിയും രാത്രിയെ പകലും ആക്കുന്ന ഹൈദരാബാദ് പോലെയുള്ള ഇത്തരം വൻ സിറ്റികളിൽ അങ്ങനെ ഒരു സൗഭാഗ്യം ലഭിക്കുന്നതും മഹാ കാര്യം തന്നെയാണ്...

പക്ഷേ ഒറ്റ നിർബന്ധം ആര്യന് ഉണ്ടായിരുന്നു, കോംബോ ഡബിൾ റൂം ഉള്ളതാണെങ്കിലും ഒറ്റയ്ക്ക് കഴിഞ്ഞാൽ മതിയെന്നാണ് അവന്റെ തീരുമാനം.

എന്തോ ചെറിയ നഷ്ടം മുന്നിൽ കണ്ടിട്ട് ആണെങ്കിലും, ഉടമസ്ഥൻ വിനിൽ ശർമ മറുത്തൊന്നും പറഞ്ഞില്ല.

ഒരു എട്ടു മാസം എങ്ങനെയോ കഴിഞ്ഞുപോയി,,, പിന്നെയാണ് ആര്യന്ന് തോന്നിത്തുടങ്ങിയത്, കൂടെ ഒരാൾ ഉണ്ടായാൽ എന്താ.. മിണ്ടിയും പറഞ്ഞിരിക്കാൻ ഒരാൾ ആയല്ലോ, എത്രെന്ന് എന്ന് വെച്ചിട്ടാണ്, ഫോണിനെ യും അയൽ കോംബോ വാസിയായ ഹസീബിനേയും ആശ്രയിക്കുന്നത്...

" നിനക്കറിയില്ലേ ജിംനേഷ്യം ടൈം കഴിഞ്ഞിട്ടില്ല എന്ന്, സെക്യൂരിറ്റിയുടെ കയ്യിൽ നിന്ന് സ്പെയർകീ വാങ്ങി കൊടുത്തു റൂം തുറക്കാൻ പറ. "

" അതല്ലടാ, വന്നിരിക്കുന്നത് ഒരു പെണ്ണാണ് ".

"പെണ്ണോ.. എന്റെ റൂമിലേക്കോ?.. "

ഒരിക്കലും അങ്ങനെ സംഭവിക്കാൻ വഴിയില്ലല്ലോ എന്ന മുൻധാരണ മുന്നിൽ നിർത്തിക്കൊണ്ട്, ആര്യൻ, അവന്റെ ശബ്ദത്തിന്റെ മറ്റൊരു തലത്തിൽ തൊട്ടു കൊണ്ട് ചോദിച്ചു,..

" നീ ഇങ്ങോട്ട് വാ ഞാൻ, അവൾ റൂം തുറക്കാൻ പോവുകയാണ്.. "

" ഹലോ,, ഹലോ,," ഇതു പതിവാണ് എന്തെങ്കിലും പറഞ്ഞ് അവസാനിപ്പിക്കുന്നതിനു മുൻപ് ഹസീബ് ഫോൺ അങ്ങ് വെച്ച് കളയും.

"കള്ള തിരുമാലി."...

സ്റ്റാർട്ട് റൂമിലെ തന്റെ ഷെൽഫിൽ നിന്നും ഷർട്ടും വാച്ചും അതിവേഗം ധരിച്ചുകൊണ്ട്, ജിംനേഷ്യത്തിലെ ചീഫ്, ഗണ്ഡ റാവു സാറിനോട്, നേരത്തെ യാത്രപറഞ്ഞ്, ആര്യൻ, ബൈക്ക് പായിച്ചു.

മുന്നോട്ടു പോകുന്തോറും കുറേ ചോദ്യങ്ങളാണ്, താൽക്കാലികമായി ഉത്തരമില്ലാതെ അവന്റെ മുന്നിൽ ചിന്നിച്ചിതറുന്നത്.

"ആരാണ് അവൾ

അവൾ എന്നെ തേടി വന്നതാണോ?..

അങ്ങനെ വരാൻ വഴിയില്ലല്ലോ?..

എന്റെ റൂം മേറ്റ്?...."

അങ്ങനെ ഒത്തിരി ഒത്തിരി ചോദ്യങ്ങൾ........

2

അപ്രതീക്ഷിത അതിഥി

അപ്രതീക്ഷിത അതിഥി

പതിവിലും വിപരീതമായി അല്പസമയം കൊണ്ട് ആര്യൻ കോംബോയിലെത്തി. ഹസീബ് താഴെ തന്നെ കാത്തുനിൽക്കുന്നുണ്ടായിരുന്നു. ഈ കോംബോ യിൽ എത്തിയത് മുതലാണ് ആര്യൻ ഹസീബിനെ പരിചയപ്പെടുന്നത്. ഹൈദരാബാദ് സിറ്റിയിൽ തന്നെ ആക്സിസ് ബാങ്കിൽ ജൂനിയർ അക്കൗണ്ടന്റ് ആണ് ഹസീബ്. റൂം 3 സിലാണ് താമസം. അവൻ ഒരു വായാടി സ്വഭാവക്കാരനാണ്. ആര്യയുമായി നല്ല കൂട്ട്. മിക്കവാറും ഞായറാഴ്ചകളിൽ ഇരുവരും സിനിമക്ക് പോവും അവിടെയും ഇവിടെയുമായി സർക്കീട്ട് അടിച്ചു നടക്കും.

ഹബീബ് ആളൊരു കോഴി കൂടിയാണ്. സ്ത്രീ മണം കിട്ടിയാൽ അതിന്റെ പോസ്റ്റുമോർട്ടം റിപ്പോർട്ട് തയ്യാറാക്കിയിട്ടേ ഹസീബ് അവിടുന്ന് പോരൂ. ആര്യൻ ആകട്ടെ ഒരു സ്ത്രീക്ക് മുൻപിൽ നേരാവണ്ണം നിന്ന കാലം അടുത്തെങ്ങുമുണ്ടായിട്ടില്ല

എന്തോ അവന് സ്ത്രീകളെ വെറുപ്പാണ്, കാരണം എന്താണ് എന്ന് ഹസീബ് ഇതുവരെയും ചോദിച്ചിട്ടില്ല.

ഹൈദരാബാദ് അത്ര നല്ല നഗരമാണ് എന്ന് എഴുതാൻ വയ്യ. അല്പനേരം ചില സ്ത്രീകളെ സൂക്ഷിച്ചു നോക്കിയാൽ അവരെ ഇങ്ങോട്ട് തന്നെ വരും,

" റൂം ഉണ്ടോ?...

അയ്യായിരത്തി നു മുകളിൽ കിട്ടുമോ എന്നൊക്കെ ചോദിച്ചു കൊണ്ട്?.. "

അത്തരക്കാരെ ഹസീബിന് ഭയമാണ്. ചില നേരങ്ങളിൽ സ്ത്രീകളെ പിട കോഴികളായും മറ്റു ചില നേരങ്ങളിൽ കുറുക്കന്മാരായും ചിത്രീകരിക്കുന്ന ഹസീബിന്റെ വിരോധാഭാസമായ കാഴ്ചപ്പാടിൽ ആര്യന് എന്നും അത്ഭുതം ഉണ്ടായിരുന്നു.

" ഡാ ചെരക്ക് മുറിയിൽ കയറിയിട്ടുണ്ട് നിന്റെയൊക്കെ ജന്മസുകൃതം ഓരോരുത്തവൾമാർ നിന്നെ തേടി ഇങ്ങോട്ട് അല്ലേ വരുന്നേ...?. "

സ്റ്റെപ്പ് പടികൾ ആഞ്ഞു കയറുന്നതിനിടയിൽ ഹസീബ്, ആര്യനോട് പരിഹാസപൂർവമെന്നോളം പറഞ്ഞു.

ആര്യൻ കണ്ണുതുറപ്പിച്ചു ഹസീബിനെ നോക്കി.

" ഓ ഒരു തമാശ പറഞ്ഞതാണ്, നീ അത് സീരിയസ് ആക്കി എടുക്കല്ലേ"....

" ലിഫ്റ്റ് കേടായിട്ട് ഒരാഴ്ച കഴിഞ്ഞു ഉത്തരവാദിത്വം ഇല്ലാത്തവർ.."

ഹസീബ് പിറുപിറുത്തു

ആര്യന്റെ മുൻപിൽ വിഷയം മാറ്റുവാൻ ആയിരുന്നു ഹസീബിന്റെ മറ്റൊരു പ്രസ്താവന.

കഴിഞ്ഞ കോംബോ മീറ്റിങ്ങിന് വരാതെ, ഇർഫാൻ ഖാന്റെ ലൈഫ് ഓഫ് പൈ സിനിമ കാണാൻ പോയ ആളാണ് ഉത്തരവാദിത്വത്തെ കുറിച്ച് പറയുന്നത് എന്നോർക്കണം.

റൂം 3ഡി തുറന്നു കിടക്കുന്നു.

രണ്ടാളും ഉള്ളിൽ കയറി.

ഇടത്തരം കോംബോ ആണത്. ഹാളിന് ചുമരി ലായി ബോക്സിങ് താരം മൈക്ക് ടൈസൺന്റെയും മുഹമ്മദ് അലിയുടെയും ചിത്രങ്ങൾ. അടച്ചു ഉറപ്പില്ലാത്ത ഷോക്കേസ്, വാരിവലിച്ചിട്ട പുസ്തകങ്ങൾ, താഴെ കീറിപ്പറിഞ്ഞ പേപ്പറുകൾ. കോംബോയിലെ ആര്യന്റെതല്ലാത്ത അടുത്ത മുറി തുറന്നു കിടക്കുന്നു.

" ആ മുറിയിൽ ഉണ്ട് അവൾ
അവിടെയുണ്ട്...'

ഹസീബ് ആര്യന്റെ ചെവിയിൽ കനം കുറച്ചു പറഞ്ഞു.

ആര്യന് പകുതി തുറന്ന ആ വാതില് മെല്ലെ പിന്നോട്ട് തള്ളി.

തിരിഞ്ഞു നില്ക്കുന്ന ഒരു ചുവപ്പ് ചുരിദാറുക്കാരി, വളരെ വലുപ്പമുള്ള മുടികള്, പുതിയ ഫാഷന് ഷോര്ട്ട് ജിമിക്കി കമ്മല്,

ഒരു കഥാനായികയുടെ സൗന്ദര്യത്തെ കുറിച്ച് വര്ണ്ണിക്കുന്നത് അല്പ്പ കാലഹരണപ്പെട്ട രീതിയാണെന്ന് എഴുത്തുകാരന് എന്ന നിലയില് എനിക്ക് തോന്നുന്നു.

ഇരുവരും നോക്കിനില്ക്കെ അവള് മുന്നോട്ടു തിരിഞ്ഞു.

" ഇയാളാണോ ഇവിടെ താമസിക്കുന്നത് "

ആര്യനെ ചൂണ്ടിക്കൊണ്ട് ഹസീബിനോടായി അവള് ചോദിച്ചു.

"അതെ "

സമയത്തിന് വിശ്രമം നല്കാതെ വളരെ പെട്ടെന്നായിരുന്നു ഹസീബിന്റെ മറുപടി.

" എനിവേ.. എന്റെ പേര് പ്രീതി... പ്രീതി ജയ്സ്വാള്. ഹൈദരാബാദ് സെന്റര് സ്ക്വയറിലെ, ഫ്ലോറിഡ ഐടി കമ്പനിയില് സോഫ്റ്റ്‌വയര് വിങ്ങിന്റെ സുപ്പീരിയര് ആയി വര്ക്ക് ചെയ്യുന്നു.. വര്ക്ക് ചെയ്യാന് ആരംഭിച്ചിട്ടില്ല പുതിയ പോസ്റ്റിങ്ങ് ആണ് ഇവിടെ... ഫ്രഷ് ആണ്.'"

പ്രീതി തന്നെക്കുറിച്ചുള്ള മുഖവുര മുന്നോട്ടുവെച്ചു.

" ഇവിടെ താമസിക്കാന് പറ്റില്ല"..

അവള് പറഞ്ഞതൊന്നും കേള്ക്കാത്ത മട്ടിലുള്ള ഒരു മറുപടിയായിരുന്നു ആര്യന്റെ വായില് നിന്ന് വീണത്.

" പറ്റില്ലെന്നോ അതെങ്ങനെ ശരിയാകും?.". പ്രീതി തിരിച്ചുചോദിച്ചു.

"എന്റെ റൂമില് താമസിക്കാന് പറ്റില്ല, വേറെ റൂം നോക്കിക്കോളൂ"

ഒരു മാസ് ഡയലോഗ് അടിച്ചു കൊണ്ട്, ആര്യന് റൂമില് നിന്ന് തിരിച്ചിറങ്ങുമ്പോള്.

സര്വത്ര ശക്തിയോടെ ആയിരുന്നു അവളുടെ മറുപടി.

"ലുക്ക് മിസ്റ്റര്"

3

വന്നുകയറിയ മാരണം

വന്നുകയറിയ മാരണം

പറ്റില്ലെന്നു പറഞ്ഞാൽ എങ്ങനെ ശരിയാകും? ഇൻഫോ കൗണ്ടറിൽ നിന്ന് ഇതാണല്ലോ എനിക്കു ലഭിച്ച മുറി. അഡ്വാൻസും കൊടുത്തു കഴിഞ്ഞു. പരാതി എന്തെങ്കിലുമുണ്ടെങ്കിൽ, ശർമ സാറിനോട് പറ... പറ്റില്ലെങ്കിൽ നീ ഈ കോംബോ ലെഫ്റ്റ് ചെയ്യൂ.."

അല്പ സാമർത്ഥ്യത്തോടെ തന്നെയാണ് പ്രീതി ഇങ്ങനെ പറഞ്ഞ് അവസാനിപ്പിച്ചത്.

ആര്യൻ ഹസീബിന്റെ മുഖത്തേക്കൊന്നു നോക്കി, ഇവൾ ആള് ഭയങ്കരിയാണ് എന്ന് ഭാവഭേദമാണ് അവന്റെ മുഖത്ത് പ്രകടമായത്.

ഒരു സ്ത്രീ ഒരു പുരുഷന്റെ കൂടെ താമസിക്കുന്നതിൽ ഹൈദരാബാദ് പോലെയുള്ള വ്യവസായ നഗരങ്ങളിൽ അത്ഭുതപ്പെടാനില്ല.

" എക്സ്ക്യൂസ് മീ, നിങ്ങൾ ഒന്ന് പുറത്തേക്ക് പോവുകയാണെങ്കിൽ എന്റെ ബെല്ലക്ക് ഭക്ഷണം കൊടുക്കാമായിരുന്നു." അവൾ ഓമനിച്ചു വളർത്തുന്ന, ഒരു തടിമാടത്തി പേർഷ്യൻ പൂച്ചയെ കൈയ്യിലെടുത്തു കൊണ്ട് ഒരു സിഗ്നൽ നൽകി.

ശേഷം അവൾ വാതിലടച്ചു. ആര്യനും ഹസീബും പരസ്പരം ഒന്ന് നോക്കിയശേഷം, ഹാളിലെ സോഫ സെറ്റിൽ പോയിരുന്നു.

" ഹസി,... നിന്നെക്കൊണ്ട് എനിക്കൊരു പുതിയ ഫ്ലാറ്റ് റൂം കിട്ടാൻ വഴിയുണ്ടോ?..

" അത് പിന്നെ ഞാൻ നോക്കിയിട്ട് രാത്രി വിളിക്കാം.."

അപ്പൊ നീ എന്നെ ഇവിടെ ഒറ്റക്കാക്കി പോവുകയാണോ?..

ആര്യന് ചെറിയ ആശങ്കയുണ്ട്, തന്റെ കൂടെ ഒരു സ്ത്രീ ആദ്യമായി..........

" അയ്യോ എനിക്ക് പോണം ഇന്ന് സിത്തു വരുന്ന ദിവസമാ.."

'ഞാൻ വിളിക്കാടോ. അപ്പുറത്തെ കൊമ്പോയിൽ തന്നെ ഞാനില്ലേ..

ചെറിയൊരു ആശ്വാസവാക്കുകൾ നൽകിക്കൊണ്ട്, ഹസീബ് കോംബോ യിൽ നിന്നിറങ്ങി.

രാത്രി എട്ടു മണി കഴിഞ്ഞിരിക്കുന്നു കോംബോയിലെ കുട്ടികൾ ട്യൂഷൻ കഴിഞ്ഞു ഇറങ്ങുന്നതിന്റെ ശബ്ദംകേട്ടാണ് ആര്യൻ അത് ഉറപ്പിച്ചത്.

അവളുടെ റൂമിൽ നിന്നും എന്തൊക്കെയോ ശബ്ദം കേൾക്കുന്നുണ്ട്. ഹാളിൽ വെച്ചിരുന്ന ആ മൂന്നു പെട്ടികൾ ഇപ്പോൾ അവിടെ ഇല്ല.

ഇടയ്ക്കിടെ അവളുടെ പൂച്ചയുടെ മുരളലും മറ്റും അവൻ റൂമിലിരുന്നു കേട്ടു.

" ഓരോരോ മാരണങ്ങൾ"

അവൻ മനസ്സിലോർത്തു.

പിന്നെയാണ് ഫോണെടുത്ത് വാട്സ്ആപ്പ് തുറന്നത്. ഹസീബിന്റെ വോയിസ് അതിൽ വന്നു കിടക്കുന്നുണ്ട്.

" ഞാൻ അന്വേഷിച്ചു കേട്ടോ, പുല്ലേല ബാഡ്മിന്റൺ അക്കാദമിക് സമീപം, ഒരു ഫ്ലാറ്റ് ഉണ്ട്. വാടക ഇവിടുത്തെക്കാളും അല്പ കൂടുതലാണ് സൗകര്യം പിന്നെ അതും ഇതും ഒക്കെ ഒരുപോലെ'.

കേട്ടിട്ടും അല്പനേരം ആര്യൻ ചിന്തിച്ചിരുന്നു.

ബ്ലൂ ടിക്ക് കണ്ടിട്ടും മറുപടി ലഭിക്കാത്തതിനാൽ ആവണം ഹസീബ് ഒരു ടെക്സ്റ്റ് മെസ്സേജ് കൂടി വിട്ടു..."റിപ്ലൈ പ്ലീസ് "

ഈ കോംബോയിലാവുമ്പോൾ ശർമ സാറിന് രണ്ടുമാസത്തെ വാടക പെന്റിങ് ആയാലും പേടിക്കാനില്ല. പിന്നെ പെട്ടെന്നൊരു മാറ്റം അത്ര സുഖമുള്ളതായി തോന്നുന്നില്ല. ഒരു വേരു പറിച്ചു നടൽ?...

ആര്യൻ വോയിസ് ബട്ടണമർത്തി.

" അങ്ങനെ കേറി വന്ന മരണത്തിനു മുൻപിൽ തോറ്റു ഓടാൻ എനിക്ക് കഴിയില്ല, ഞാൻ എങ്ങോട്ടും പോകുന്നില്ല, അങ്ങനെ ഞാൻ പോയിട്ട് ആ ഐടി കാരി സുഖിക്കണ്ട."

വാശി പകിട്ട് ഉള്ള ആ വോയിസ് കേട്ടതും, ഹസീബ് ഒരു കൈക്കരുത്തിന്റെ ഇമോജി വിട്ടു, കൂടെ ഒരു തകർപ്പൻ ലവ് സിംബലും

ഒരുപക്ഷേ ആര്യന്റെ കുടിയേറ്റ തീരുമാനം, ഹസീബിനെയും വേദനിപ്പിച്ചിരിക്കാം.

ഒരുരാത്രി അവൻ എങ്ങനെയോ തള്ളിനീക്കി. ആലോചനകളുടെ കൊടുമുടികടിയിൽ ഉരുണ്ട്കൊണ്ട്. പിറ്റേന്ന് രാവിലെ അവളുടെ പൂച്ചയുടെ ശബ്ദം കേട്ടാണ് അവൻ ഉണർന്നത്.

" മാരണം ഉറങ്ങാനും സമ്മതിക്കില്ലേ ".

തിരിഞ്ഞു കിടക്കുന്ന അതിനിടയിൽ വെറുതെയൊന്നു ക്ലോക്കിലേക്ക് നോക്കി. മണിക്കൂർ സൂചി എട്ടിലും മിനുട്ട് സൂചി 6 എന്ന അക്കത്തിലേക്ക് പാഞ്ഞടുക്കുന്നു.

ദൈവമേ എട്ടരയൊ?

ആര്യൻ തിടുക്കത്തിൽ കട്ടിലിൽ നിന്ന് എണീറ്റു.

ആ പൂച്ച ഉണർത്തിയത് നന്നായി എന്ന് അവനു തോന്നി. ടവ്വൽ എടുത്ത് ബാത്ത്റൂമിൽ പോയപ്പോൾ ബാത്റൂമിൽ അത് ലോക്കാണ്. ബാത്റൂമിലെ ഉള്ളിൽനിന്ന് ഇടതൂർന്ന വരുന്ന ഏതോ ഒരു സോപ്പിന്റെ മണത്തിൽ നിന്നും അവൾ അകത്തുണ്ട് എന്ന് അവൻ മനസ്സിലാക്കി

" നാശം വാതിലിൽ ചെന്ന് തട്ടാനത് നന്നായി."

ഒരു ദിവസം കുളിച്ചില്ലെങ്കിലും കുഴപ്പമൊന്നുമില്ല. കുളിക്കാൻ നിന്നാൽ നേരം ഇനിയും വൈകും..

.

റൂമിൽ പോയി ഡ്രസ്സ് മാറ്റി പോകാൻ നേരം റൂം താഴിട്ടുപൂട്ടി. സ്വകാര്യത ഇഷ്ടപ്പെടുന്നത് കൊണ്ടാവാം.

അവളെ അവിടെ നോക്കാൻ ഒന്നും അവൻ നിന്നില്ല. കമ്പനിയിൽ എത്തിയപ്പോഴേക്കും സമയം പത്ത് മിനിറ്റോളം വൈകിയിരുന്നു.

കിതച്ചുകൊണ്ട് തന്റെ ഓഫീസ് മുറിയിലെ കസേരയിൽ വന്നിരിക്കുമ്പോഴേക്കും, ജൂഹി റൂമിലേക്ക് കയറി വന്നു. ഹെഡ് വിളിക്കുന്നുണ്ട്.

' ദൈവമേ യശ്പാൽ സാർ, ഇനി എന്താണാവോ സംഭവിക്കുക...

റൂമിലെ മാരണം വരുത്തിവെച്ച വിനയെ അവൻ അവളെ മനസ്സിൽ പഴിചാരി.

"മേ കമിങ് സർ.. '

മറുപടി ഒന്നും കിട്ടിയില്ലെങ്കിലും അവൻ ആ മുറിയിലേക്ക് കയറി ചെന്നു.

ഇരയെ കയ്യിൽ കിട്ടിയ സിംഹത്തിന്റെ ലാഘവത്തോടെ അവന്റെ മുന്നിലിരിക്കുന്നു..

N. യശ്പാൽ ഗുപ്ത.

4

ഏഴു നിയമങ്ങൾ

ഏഴു നിയമങ്ങൾ

എന്തൊക്കെയോ സംഭവിച്ചതിനു ശേഷം, ആര്യൻ യശ്പാൽ സാറിന്റെ മുറിയിൽ നിന്നിറങ്ങി വന്നു. പുറത്ത് ജൂഹി ചില ഫയലും പിടിച്ചു നിൽപ്പുണ്ടായിരുന്നു. കമ്പനിയിലെ വിളഞ്ഞ സ്ത്രീവിത്താണവൾ, ഏഷണിയുടെയും പരദൂഷണത്തിന്റെയും ജീവനുള്ള സമ്മിശ്ര രൂപം. താനിറങ്ങി വന്ന റൂമിൽ എന്താണ് സംഭവിച്ചതെന്നറിയാൻ തന്നെയയിരിക്കും അവൾ ഏതൊക്കെയോ ഫയൽ പിടിച്ച് അവിടെ നിന്നത്.

" ആര്യൻ എന്താ യശ്പാൽ സാർ പറഞ്ഞത്"

വളരെ ആകാംക്ഷാപൂർവ്വം അവൾ ചോദിച്ചു.

" പറച്ചിൽ അല്ലല്ലോ ഭീഷണിപ്പെടുത്തൽ അല്ലേ, സാലറി കട്ട്, ചെയ്യും ഓവർ വർക്ക് തരും എന്നൊക്കെ പറഞ്ഞു.. പതിവ് ഈഴരടികൾ"...

"യഷ്പാൽ സാർ ഇന്ന് പതിവിലും കുറച്ചു ദേഷ്യത്തിൽ അല്ലേ?"

എന്തോ സത്യം അവൾ കണ്ടുപിടിച്ചിട്ടുണ്ട് എന്നമട്ടിൽ ചോദിച്ചു

" ഉം തോന്നുന്നു എന്നും ചീത്ത പറയുന്നതിനേക്കാൾ കുറച്ചധികം സമയം ഇന്ന് എടുത്തു...".

" ആ എന്താ കാര്യം എന്നോ?."

"ഉം എന്താ കാര്യം?. "

ആര്യനും അറിയണമെന്നുണ്ട്.

" കമ്പനിയുടെ പരസ്യം ചെയ്യുന്നതിനുവേണ്ടി മാനുഷിയുടെ ഡേറ്റ് ചോദിച്ച് വാങ്ങിയിരുന്നില്ല അത് ഇന്നലെ ക്യാൻസൽ ആയി"

"ആണോ എങ്ങനെ? "

"അവരെ എങ്ങാണ്ട് സിംഗപ്പൂർ വരെ പോയേക്കുവാ എന്തോ ആയുർവേദ ആഗോള സമ്മേളനത്തിന്റെ ഭാഗമായി.... ആ... ഞാനാദ്യമേ പറഞ്ഞതാ ഞങ്ങൾക്കും ഒരു ചാൻസ് തരാൻ ഞങ്ങളുടെ ഉള്ളിലും ഇല്ലേ കലാവാസന... അത് എങ്ങനെയാ, വടി ഉള്ളവരോട് എറിയാൻ പറയില്ലല്ലോ.. കഷ്ടം"

എന്തോ ഒരു സ്വപ്നം ബാക്കി എന്നപോൽ ജൂഹി നെടുവീർപ്പിട്ടു.

2017 ലെ ലോകസുന്ദരി മാനുഷി ചില്ലറും ഈ കമ്പനിയിലെ ലോ സാലറി പറ്റുന്ന ജൂഹിയും തമ്മിലുള്ള വിദൂരം ആര്യൻ വെറുതെയൊന്നു മനസ്സിലോർത്തു...

നേരം ഉച്ചയോടടുത്ത് ഫ്രീ ടൈമിൽ വാട്സപ്പ് തുറന്നപ്പോഴാണ് ഒരു അജ്ഞാത നമ്പറിൽ നിന്ന് മെസ്സേജ് വന്നത് ശ്രദ്ധയിൽപ്പെട്ടത്.

ഹായ് എന്നു മാത്രമാണ് അതിലുള്ളത്. സ്വാഭാവിക മര്യാദ എന്നതിനാൽ അവനും തിരിച്ച് ഒരു ഹായ് വിട്ടു.

" ഹായ് ഞാൻ റൂംമേറ്റ് പ്രീതിയാണ് ഹസീബ് ആണ് നമ്പർ തന്നത് നമ്മൾ റൂം മെയിറ്റുകൾ എന്ന നിലയ്ക്ക് പരസ്പരം മിണ്ടാതെ കഴിയുന്നതിനോട് എനിക്ക് യോജിപ്പില്ല.'

എന്തായാലും നമ്മൾ പാലിക്കേണ്ട 7 നിയമങ്ങൾ ഞാൻ തയ്യാറാക്കിയിട്ടുണ്ട്.

*1 പരസ്പരം സഹകരണം ഉണ്ടായിരിക്കണം.

2. കിച്ചൺ ഉപയോഗിക്കുന്നതിൽ ഒരു പരസ്പര ധാരണ വേണം.

3. രണ്ടാളും അനാവശ്യമായി റൂമിൽ കയറരുത്

4. എന്റെ ബെല്ല (പൂച്ച) ചെയ്യുന്ന എല്ലാ തെറ്റിനും ഞാനാണ് ഉത്തരവാദി അവളെ ശിക്ഷിക്കാൻ പാടില്ല

5. അനാവശ്യമായി ഫ്രണ്ട്സിനെ കോംമ്പോയിൽ കൊണ്ടുവരരുത്(ഹസീബ് ഇല്ല).

6. ക്ലീനിംഗിന്റെ കാര്യത്തിൽ രണ്ടുപേരും ഒരുപോലെ പ്രയതിക്കണം

7. ബാത്ത്റൂം രാവിലെ എട്ടു മണി മുതൽ എട്ടര വരെ നിനക്കും എട്ടര മുതൽ 9:00 വരെ ഞാനും ഉപയോഗിക്കും*

ജനാധിപത്യത്തിലധിഷ്ഠിതമായ ഈ നിയമങ്ങൾ അനിവാര്യമാണെന്ന് ആര്യനും തോന്നി. ഓക്കേ എന്ന് മാത്രം അവൻ റിപ്ലൈ അയച്ചു.

ദിവസങ്ങൾ കടന്നു പോയി കൊണ്ടിരിക്കുന്നു.

ആ കോംബോയാകെ മാറി, പതിവിൽ വിപരീതമായ വൃത്തിയും, ഗൃഹ സസ്യങ്ങൾ കൊണ്ട് ബാൽക്കണിയിൽ ഉദ്യാനങ്ങളും എല്ലാം അവിടെ ചേക്കേറി.

പക്ഷേ ഒരു കാര്യത്തിൽ മാത്രം മാറ്റം വന്നില്ല. പ്രീതി യോടുള്ള ആര്യന്റെ മനോഭാവത്തിൽ. പ്രീതിക്കും അതിൽ അതൃപ്തിയുണ്ട്. ഇടയ്ക്കിടെ ഹസീബ് കോമ്പോയിൽ വന്നാൽ അവളുമായി കുശലം പറഞ്ഞിരിക്കും. അപ്പോഴും ആര്യൻ മുറിക്കകത്ത് തന്നെ.

സദാ മൗനം ഒന്നു ചിരിക്കുക പോലും വിരളം.

ഒരു ദിവസം ഹാളിലെ സെറ്റിൽ ഒരു ചെസ് ബോർഡ് നിരത്തി അവൾ വെറുതെ മുന്നിലിരുന്നു, ഒരുപക്ഷേ വിനോദമെന്ന ഓർത്തെങ്കിലും വന്നെങ്കിലോ... ഇല്ല അതുണ്ടായില്ല.

മറ്റൊരു ദിവസം ഒരു ചോക്കലേറ്റ് കേക്ക് ഉണ്ടാക്കി അവൾ പരീക്ഷിച്ചു, വിധി നിർണയം നടത്താൻ ആര്യൻ ഒരു കഷ്ണം കൊടുത്തപ്പോൾ താൻ മധുരം കഴിക്കാറില്ല എന്ന് പറഞ്ഞ് അവൻ ഒഴിഞ്ഞു മാറി...

ഒരുമിച്ചു ടി വി കാണാം എന്നു വെച്ചാൽ താൻ വരുമ്പോഴേക്കും ടിവി ഓഫാക്കി അവൻ അങ്ങ് റൂമിലേക്ക് പോകും... അശാന്തിയുടെ ദിവസങ്ങൾ കടന്നു പോകുന്നു ഒരു ദിവസം രാവിലെ ബാത്റൂം സമയത്തൊന്നും ആര്യനെ കണ്ടതില്ല... വാതിൽ ചാരി കിടക്കുന്നുണ്ട്. ഓഫീസിലേക്ക് പോകാൻ കോമ്പോയിൽ നിന്ന് ഇറങ്ങും നേരം അവന്റെ മുറിയിലേക്ക് ഒന്നു നോക്കി, വാതിൽ ഇപ്പോഴും ചാരി കിടക്കുകയാണ്

അവൻ എന്തു പറ്റി??...

അങ്ങനെ ഏഴു നിയമത്തിലെ ഒരു നിയമം അവൾ ലംഘിക്കാൻ ഒരുങ്ങി...

അവൾ വാതിൽ മെല്ലെ തുറന്നു...

5

പരിചരണത്തിലൂടെ പുഞ്ചിരിയിലേക്ക്

പരിചരണത്തിലൂടെ പുഞ്ചിരിയിലേക്ക്

ആദ്യമായിട്ടാണ് പ്രീതി ആര്യയുടെ മുറിയിൽ കയറുന്നത്. അവളുടെ ശ്രദ്ധ ആദ്യം പതിഞ്ഞത്, ചുമരിൽ തൂക്കിയിട്ടിരുന്ന ഗിറ്റാർ ബാഗിലേക്കാണ്.

ആര്യൻ മൂടിപ്പുതച്ച് കട്ടിലിൽ കിടക്കുന്നു. പിച്ചും പേയും പറയുന്നതിനൊപ്പം

അവൻ കോരി തണുത്ത് വിറക്കുന്നുണ്ട്.

" ആര്യൻ,, ആര്യൻ"

അവൾ പതുക്കെ വിളിച്ചു. അവൻ ആ വിളി ഒന്നും കേൾക്കുന്നില്ല.

ഇങ്ങനെ ഒരു അവസ്ഥയിൽ അവൾ എങ്ങനെ ഓഫീസിലേക്ക് പോകും. അവൾ ഓഫീസിൽ വിളിച്ച് ലീവ് അറിയിച്ചു. ആര്യന് പനിയുള്ള കാര്യം ഹസീബിനെ വിളിച്ച് അറിയിച്ചെങ്കിലും അവൻ സിത്തുവുമായി ഇൻഡോറിലേക്ക് പോയി എന്നാണ് അറിഞ്ഞത്.

" അത് സാരമില്ല ഞാൻ കെയർ ചെയ്തോളാം എന്തൊക്കെയായാലും എന്റെ റൂം മേറ്റ് അല്ലെ, ഇറ്റ്സ് ഒക്കെ... "

ഈയൊരു സമീപനം ഹസീബിനും ഏറെ ആശ്വാസം നൽകി.

ഒരു ഐടി മേധാവി എന്നതിനപ്പുറം പാചക ലോകത്തെ കുലപതി കൂടിയാണ് പ്രീതി. വേറെന്ത് മരുന്നിനേക്കാളും ഒരു ചൂടു കഞ്ഞി

പനിയെ സാന്ത്വനപ്പെടുത്തുമെന്ന് എന്ന് അവൾക്ക് അറിയാമായിരുന്നു.

കഞ്ഞി തയ്യാറാക്കി റൂമിൽ പോയപ്പോഴും ആര്യൻ കിടക്കുകയാണ്. അവൾ മെല്ലെ പുതപ്പു മാറ്റി മുഖം വിളറി, ഷർട്ട് ധരിക്കാതെ ആര്യൻ പനിയുമായുള്ള ഏറ്റുമുട്ടലിലാണ്. അവൾ അവനെ കട്ടിലിന്റെ മുകൾഭാഗത്ത് പിടിച്ചിരുത്തി. ടേബിളിൽ വെച്ച കഞ്ഞി പാത്രം എടുത്തു.

' ആര്യൻ ഈ കഞ്ഞി കുടിക്കൂ'...

അവൻ സ്വബോധത്തിൽ ആണെന്ന് അവൾക്കും തോന്നുന്നില്ല. അതുകൊണ്ട് തന്നെയാണ് സ്പൂണിൽ കോരി വായിൽ വെച്ച് കൊടുത്തത്. മെല്ലെ മെല്ലെ അവൻ അതു കുടിച്ചു. താനാണ് നൽകുന്നതെന്ന് അവൻ അറിയുന്നുണ്ടോ എന്നുപോലും പ്രീതിക്ക് സംശയമാണ്. കഞ്ഞി മുഴുവനാക്കാതെ മതിയെന്ന് പറഞ്ഞ് അവൻ വീണ്ടും പുതപ്പിലേക്ക് ചുരുങ്ങി. ചുട്ടുപൊള്ളുന്ന അവന്റെ ശരീരത്തെ തണുപ്പിക്കുന്നതിന് ഒരു സ്പോഞ്ച് ബാത്ത് അത്യാവശ്യമാണെന്ന് അവൾക്ക് തോന്നി. കിടന്ന അവനെ വീണ്ടും നിർബന്ധിച്ച് ഇരുത്തിയ ശേഷം ഒരു നനഞ്ഞ തുണി കൊണ്ട് അവൾ അവനെ തുടപ്പിച്ചു...

അവന്റെ ഷർട്ടിടാത്ത മാറിടത്തിലൂടെ ആ തുണി സഞ്ചരിക്കുമ്പോൾ ആ മനസ്സ് പതറി പോകുമോ എന്നു പോലും അവൾ സംശയിച്ചു. അവളുടെ മനസ്സും പതറാതെ നോക്കണം.

ഒരു നിമിഷം അവൻ അവളുടെ കണ്ണിലേക്ക് നോക്കിയിരുന്നെങ്കിൽ അരുതാത്തതെന്തോ അവിടെ സംഭവിക്കുമെന്ന് ഈ എഴുത്തുകാരൻ ഭയപ്പെടുന്നു.

ശരീരമാസകലം അവൾ അവനെ തുണികൊണ്ട് തുടച്ചെടുത്ത ശേഷം, ഒരു ടാബ്ലെറ്റും കുടിപ്പിച്ച്, നനഞ്ഞ തുണി നെറ്റിയിൽ വെച്ച് അവൾ ആ മുറിയിൽ നിന്ന് പുറത്തിറങ്ങി......

പിറ്റേന്ന് രാവിലെ ഒരു ചൂട് കോഫി അവന്റെ മുറിയിൽ കൊണ്ടു വെച്ച ശേഷം അവൾ ഓഫീസിലേക്ക് പോകാനൊരുങ്ങി, കൂടെ അവന്റെ റൂമിലെ കണ്ണാടിയിൽ ഒരു ഷോട്ട് ലെറ്റ് എഴുതി ഒട്ടിച്ചു വെച്ചു.

" പനി കുറഞ്ഞതിനു ശേഷം മാത്രം കമ്പനിയിൽ പോയാൽ മതി ടേക്ക്റസ്റ്റ് "

അങ്ങനെ ആ പനിപിടിച്ച് മൂന്നു ദിവസങ്ങൾ അവൾ, അവൾക്ക് ആകും വിധം അവനെ പരിചരിച്ചു. ഭക്ഷണം ടേബിളിൽ കൊണ്ട് വച്ചിട്ട് അവൾ പോകും പിന്നെ വന്ന് പ്ലേറ്റ് എടുത്തു കൊണ്ടു പോകും... അവൻ അവളെ ഒന്ന് വെറുതെ നോക്കുക മാത്രം.

ഒരാഴ്ച കഴിഞ്ഞു.

പ്രീതിക്ക് ഒരു ഹൈദരാബാദി സ്പെഷ്യൽ ബിരിയാണി കഴിക്കാൻ വല്ലാത്ത ആഗ്രഹം ഉണ്ട് പോലും ഹസീബാണ് ആര്യ നോട് കാര്യം പറഞ്ഞത്. പ്രീതി ഹസീബിനോട് വാട്സാപ്പിൽ പറഞ്ഞത്രേ. അന്ന് കമ്പനിയിലെ ജോലിക്ക് ശേഷം അവൻ കോംബോയിൽ എത്തിയപ്പോൾ അവന്റെ കയ്യിൽ ഒരു കവർ കൂടി ഉണ്ടായിരുന്നു.

കൊടുക്കാൻ മടിയുള്ളതിനാലാവണം, ഹാളിലെ ടേബിളിൽ കൊണ്ടുവച്ചു..

' ഇത് നിനക്കുള്ളതാണ്'

എന്നൊരു ചെറു വാക്യവും.

റൂമിലിരുന്ന് ഗിറ്റാർ വായിക്കുന്നതിനിടയിലാണ്, അവൾ വാതിൽക്കൽ വന്നത്, കയ്യിലാ ഹൈദരാബാദ് സ്പെഷ്യൽ ബിരിയാണിയുടെ പൊതിയും.

" ആര്യൻ താങ്കൂ"

അവൻ പതിവില്ലാതെ ഒരു പ്രസന്ന പുഞ്ചിരി അവൾക്കായി നൽകി.

തിരിച്ചു ഒരു പുഞ്ചിരി നൽകി വാതിൽ ചാരാൻ ഒരുങ്ങിയപ്പോൾ....

" പ്രീതി വെയ്റ്റ്... താൻ ഈ വരുന്ന ഞായറാഴ്ച ഫ്രീ ആണോ?.."

മ്മ്.... ആണെകിൽ?..

' ആണെങ്കിൽ....'

6

അനുരാഗം പൂക്കുമ്പോൾ

അനുരാഗം പൂക്കുമ്പോൾ

" ആണെങ്കിൽ നമുക്കൊന്ന് പുറത്തു പോയാലോ?.. "

'വി ആർ ടുഗദർ? '

"അതെ നമ്മൾ ഒരുമിച്ച്."

'ഷുവർ...'

അവന്റെ മുഖത്ത് പതിവില്ലാത്ത പുഞ്ചിരി യോടൊപ്പം, അവൾ ഇതുവരെ കാണാത്ത തിളക്കവും പ്രസന്നതയും.

അവൾ ആഗ്രഹിച്ചത് എന്തോ.. അത് കിട്ടിയെന്നത്പോൽ അനുഭൂതി അവൾക്കും. അന്നാ ശനിയാഴ്ച രാത്രി, ഇരുവരും വലിയ ചിന്തകളുടെ പേടകത്തിൽ ആയിരുന്നു.

പിറ്റേന്ന് രാവിലെ പ്രീതി ഹൈദരാബാദിൽ എത്തിയതിനു ശേഷം ആദ്യമായി രജപുത്രാസ് സ്റ്റൈലിലുള്ള ഒരു ലൈറ്റ് നീല നിറത്തിലുള്ള ചുരിദാർ ആണ് ധരിച്ചത്.

രണ്ടുപേരും അധികം മിണ്ടുന്നൊന്നുമില്ല അവർ ഒരുമിച്ച് പുറത്തു പോകുന്നു അത്ര തന്നെ. ബൈക്കിൽ പോവാൻ ആര്യന് പൂർണ്ണമായും ധൈര്യവും മടിയും ഉണ്ടായിരുന്നു. അതിനാൽ തന്നെ ഹസീബിന്റെ കാറാണ് അവർ എടുത്തത്.

നാലു വരി പാതയിലൂടെ ആ കാർ മുന്നോട്ടു നീങ്ങി കൊണ്ടിരിക്കുമ്പോഴാണ് അവൾ ആ ചോദ്യം ചോദിച്ചത്.

" പുറത്തു പോകാം എന്നു പറഞ്ഞു ബട്ട് എങ്ങോട്ടാണ് എന്ന് പറഞ്ഞില്ല"....

"ഓ സോറി.. സോറി... അങ്ങനെയൊന്നുമില്ല തനിക്കെന്തെങ്കിലും, ഷോപ്പിങ്ങിന് ഉണ്ടെങ്കിൽ..."..

അവൾ തലകുലുക്കി.

കാറ് മാൾട്ട മാളിലെ പാർക്കിംഗ് കോർണറിൽ നിർത്തി.

" ആര്യൻ എനിക്ക് ഒറ്റയ്ക്ക് ഷോപ്പ് ചെയ്യാൻ ഒന്നുമില്ല വരൂ നമുക്കൊരുമിച്ചു പോകാം"

' ഷുവർ'

അവൻ അങ്ങനെയൊരു ക്ഷണം പ്രതീക്ഷിച്ചിരുന്നു...

അവർ ഒരുമിച്ച് നടന്നു....

പരസ്പരം സെലക്ഷൻ ഹെൽപ്പനസ് നടത്തി.

കുറേ ദിവസങ്ങൾക്കുശേഷം ആര്യന് കിട്ടുന്ന ചില പ്രത്യേക നിമിഷങ്ങൾ.....

കോഫി സ്റ്റാളിൽ നിന്ന്, രണ്ട് ഇണക്കുരുവികളെ പോലെ ക്യാപിച്ചീനോ കുടിച്ചു കൊണ്ടിരിക്കുമ്പോഴാണ്,

" ഹലോ ആര്യൻ."

പിന്നിൽ നിന്ന് ആര്യന്റെ തോളത്ത് ഒരു കൈ വന്നു നിന്നത്.

"ഹായ് ഋഷി"

" ഇതാണോ ഹോളിഡേ വർക്ക് ഉണ്ടെന്ന് പറഞ്ഞ്, ഗിറ്റാർ റോയ്സ് ക്ലബ്ബിൽ വരാതിരുന്നത്..?.. ".

"അത് ഋഷി ഒന്ന് ഫ്രീ ആയപ്പോൾ.."

"ആ ഇതാണോ നിന്റെ റൂംമേറ്റ് പ്രീതി?.. "

"അതെ"..

ഹായ്..

ഹായ്..

" നീ ഇല്ലാത്തപ്പോൾ എന്തോ എനിക്കും ക്ലബ്ബിൽ പോവാൻ തോന്നിയില്ല..... ശരി എന്നാൽ ഇത് നടക്കട്ടെ നാളെ ഓഫീസിൽ വച്ച് കാണാം..".

പൂനെ ഫിലിം ഇൻസ്റ്റിറ്റ്യൂട്ടിൽ പഠിക്കുന്ന കാലം മുതൽ ഋഷി ആര്യയുടെ അടുത്ത സുഹൃത്തായിരുന്നു. ആറ് വർഷത്തിനപ്പുറം ആയി അവരുടെ ബന്ധം. ആര്യ വർക്ക് ചെയ്യുന്ന ജിയോ ഫോൺ

കമ്പനിയിലെ പരസ്യ വിഭാഗത്തിൽ തന്നെയാണ് അവനും ജോലി ചെയ്യുന്നത്. ആര്യ നേക്കാളും പുതിയ പുതിയ കുറെ അവസരങ്ങൾ ഉണ്ടായിട്ടും അവൻ അത് മൈൻഡ് ചെയ്തിരുന്നില്ല. പ്രത്യേകിച്ച് ഈ അടുത്ത് അവനെ തേടി വന്ന ബാങ്കോക്കിലെ, കാസ് മാഗസിനിലെ ജോലിപോലും. അസാധാരണമാംവിധം അവൻ അതെല്ലാം നിരസിച്ച് ആര്യനോടപ്പം ഈ കമ്പനിയിൽ തന്നെ, ജോലി ചെയ്തു പോരുകയാണ്... വളരെ ആത്മമാർത്ഥപരമായ ബന്ധമാണത്.

അന്ന് രാത്രി ആര്യന് കുറെ ഓർക്കാൻ ഉണ്ടായിരുന്നു,, പ്രീതിയുടെ... പുഞ്ചിരി... അവളുടെ.. കണ്ണുകൾ.. ചലനങ്ങൾ..

പിന്നീടുള്ള ദിവസങ്ങളിൽ അവിടെ പുതിയ ഒരു ആര്യന്റെ ഉത്സഭവമായിരുന്നു.

ഹസീബ് ഈയടുത്തു പറഞ്ഞു.

" ഒരിക്കൽ കീരിയും പാമ്പും ആയിരുന്ന വരാണ്,,, ഓ ഇപ്പോൾ എന്താ ഒരു അടുപ്പം".. സത്യം പറയടാ, എന്തെങ്കിലുമൊക്കെ തോന്നി തുടങ്ങിയോ?. "

' പോടാ, പോടാ അങ്ങനെയൊന്നുമില്ല'..

എന്നാൽ അങ്ങനെയൊക്കെ ചിലത് ഉണ്ട് അവന്റെ മനസ്സിലെവിടെയോ...

വേണ്ടാത്ത ചിന്തകളാണോ?.. അവനറിയില്ല...

ചില ദുരന്തങ്ങൾ അവനെ വീണ്ടും വീണ്ടും നടുക്കാറുണ്ട്.

ദിവസങ്ങൾ കടന്നു പോയിക്കൊണ്ടിരിക്കുകയാണ്,,, ഒപ്പം ആര്യൻ മനസ്സിലെ അനുരാഗവും.. അവളോട് അടുക്കുംതോറും അത് അഗാധമായി മുറുകുകയാണ്.

പക്ഷേ അവളുടെ ഉള്ളിൽ എന്താണെന്ന് അവനറിയില്ല.

സുഹൃത്ത്..

റൂം മേറ്റ്..

അതോ പ്രണയമോ??...

ഇതിനൊന്നും ഉത്തരം ഇല്ലാത്ത ദിവസങ്ങൾ കടന്നു പോകുന്നു. ഒരു ദിവസം വൈകിട്ട് ആരും കോംബോ എത്തുമ്പോൾ അവിടെ അവളോടൊപ്പം മറ്റൊരു അതിഥി ഉണ്ടായിരുന്നു...

"ആര്യൻ ഇത് എന്റെ......!!"

7

സ്വപ്നസൗധം തകരുന്നു

സ്വപ്നസൗധം തകരുന്നു

" ആര്യൻ ഇത് എന്റെ ഓഫീസ് സ്റ്റാഫാണ്.. മിസ്റ്റർ കൃപാൽ. "

'ഹായ് നൈസ് ടു മീറ്റ് യു'

'ഹായ്'

"കൃപാൽ ഇതാണ് ഞാൻ പറയാറുള്ള എന്റെ റൂം മേറ്റ്, റൂംമേറ്റ് മാത്രമല്ല ട്ടോ, എന്റെ ക്ലോസ് ഫ്രണ്ട് കൂടെയാണ്".

പ്രീതി ആര്യനെ കൃപാലിന്

പരിചയപ്പെടുത്തി. അങ്ങനെയുള്ള ഒരു അഭിസംബോധന വാക്കുകൾ തീർച്ചയായും ആര്യനെ അലോസരപ്പെടുത്തും.

" ആര്യൻ.. ഞങ്ങളുടെ ഡിപ്പാർട്ട്മെന്റിൽ പുതിയൊരു വെബ്പർക്ക്, ഞങ്ങൾ രണ്ടുപേരെയും ആണ് ഏൽപ്പിച്ചിരിക്കുന്നത്."

" ശരി യു ക്യാരി ഓൺ.'

പുഞ്ചിരി അല്ലാത്ത ഒരു പുഞ്ചിരി നൽകി ആര്യൻ റൂമിലേക്ക് പോയി.

വല്ലാത്തൊരു മാനസിക സമ്മർദ്ദം.

സമയം രാത്രി എട്ടു മണി ആയിട്ടും കൃപാൽ

അവളുടെ റൂമിൽ നിന്ന് ഇറങ്ങിയിട്ടില്ല. ഇടയ്ക്കിടെ അവൻ ആ റൂമിലേക്ക് എത്തി പാളി നോക്കും. കഴിഞ്ഞ ദിവസങ്ങളിലെ ഈ നേരത്തെല്ലാം ആര്യന്റെ ഗിറ്റാർ വൈഭവത്തിൽ ആഴ്ന്നിറങ്ങിയവളായിരുന്നു പ്രീതി.

പിറ്റേന്ന് പ്രീതി ഉണർന്നപ്പോഴേക്കും ആര്യൻ കമ്പനിയിലേക്ക് പോയിരുന്നു. അവൾ ഫോൺ വിളിച്ചെങ്കിലും അവൻ എടുത്തില്ല. അന്ന് വൈകിട്ടും കൃപാലിന്റെ കാർ കോംബോ പാർക്കിംഗ് ഏരിയയിൽ കണ്ടതിനാലാവണം, ആര്യൻ അവളുടെ റൂമിലേക്ക് ഒന്ന് നോക്കുക പോലും ചെയ്യാതെ അവന്റെ റൂമിലേക്ക് വലിഞ്ഞത്.

അവളുടെ വാട്സാപ്പ് സ്റ്റാറ്റസുകളിൽ കൃപാലിനോടപ്പമുള്ള ചിത്രങ്ങൾ അവൻ കണ്ടു.

' കൃപാൽ ഒപ്പം ഉള്ളതുകൊണ്ട് സമയം പോകുന്നത് അറിയുന്നില്ല‘ തുടങ്ങിയ അടിക്കുറിപ്പുകളും കണ്ടതോടെ ഏറെക്കുറെ ആര്യൻ തന്റെ ആഗ്രഹങ്ങളുടെയും പ്രതീക്ഷകളുടെയും ആ സ്വപ്നസൗധം സ്വയം പൊളിച്ചു തുടങ്ങി.

ആര്യൻ തന്നെ മനപൂർവ്വം അവഗണിക്കുന്നതായി പ്രീതിക്കും തോന്നിത്തുടങ്ങി. റൂം അടച്ചിടുക, എവിടെപ്പോയാലും പറയാതെ പോവുക, കോളുകൾ അറ്റൻഡ് ചെയ്യാതിരിക്കുക, വാട്സാപ്പിൽ റിപ്ലൈ തരാതിരിക്കുക തുടങ്ങി ചില പെരുമാറ്റങ്ങൾ ആണ് പിന്നീട് ആര്യനിൽ ഉണ്ടായത്.

ഹസീബിനോട് അവൾ കാര്യം തിരക്കിയെങ്കിലും അവനൊന്നും അറിയില്ലെന്നാണ് പറഞ്ഞത്.

ഏകദേശം ഒരാഴ്ചയോളം കൃപാൽ അവിടെ വന്നു പോയിരുന്നു. ആ ദിവസങ്ങൾ അത്രയും ആര്യൻ തന്നെ ഒഴിവാക്കുന്നത് എന്തിനാണെന്ന് അവൾക്ക് മനസ്സിലായില്ല

ഒരു പുരുഷന് തന്നോട് ഇടപഴകുന്നത് അവന് അതൃപ്തി ഉണ്ടെങ്കിൽ............ അത്

...........,,,

ആ ഒരു സംശയം അവൾ ബലപ്പെടുത്തിയില്ല. ഒരു നല്ല സുഹൃത്തായ റൂംമേറ്റ് എന്നതിനപ്പുറം വേറെ എന്തെങ്കിലും ഉള്ള ഒരു വികാരമോ, വിചാരമോ അവളുടെയുള്ളിൽ കയറിയിട്ടുണ്ടോ എന്ന കാര്യത്തിൽ അവൾക്കും യാതൊരു ഉത്തരവും ഇല്ല.

ഇങ്ങനെ പോകവേ... ഒരു ദിവസം അവൾ ടിവി കണ്ടു കൊണ്ടിരിക്കുമ്പോഴാണ് അവൻ അടുക്കളയിലേക്ക് പോകുന്നത് കണ്ടത്.

" ആര്യൻ ആ വർക്ക് ഫിനിഷ് ആയിട്ടോ... ഇപ്പോൾ കുറച്ചു റിലാക്സ് ഉണ്ട്. ഹെവി വർക്ക് ആയിരുന്നു അത്."

'മ്മ് ഫൈൻ '

ഇത്രയുമേ അവൻ പറഞ്ഞുള്ളൂ. പിന്നെ റൂമിലേക്ക് പോയി വാതിലടച്ചു. അവൾ നിശ്ചയം,,, ആര്യനെ മിസ് ചെയ്യുന്നുണ്ട്...

**

രാത്രി 12 മണിയായിട്ടും ആര്യനെ കാണാതെ അവൾ പരിഭ്രമിച്ചിരിക്കുമ്പോഴാണ് അവൻ കേറി വന്നത്.. ഇത്ര വൈകി വരുന്നത് ഇതാദ്യമായിട്ടാണ്.

"ആര്യൻ എവിടെയായിരുന്നു?... സമയം എത്രയായി എന്ന് ബോധമില്ലേ??.....

എവിടെയായിരുന്നുവെന്ന്?

8

അവളുടെ ചോദ്യം

അവളുടെ ചോദ്യം

' എവിടെയായിരുന്നു?...

ചോദിച്ചത് കേട്ടില്ലേ എവിടെയായിരുന്നുവെന്ന്?'

പ്രീതി ശബ്ദം അല്പം കനത്തിലാക്കി.

' സ്റ്റോപ്പ് ഇറ്റ്.... ഞാൻ എപ്പോ വന്നാലും പോയാലും നിനക്കെന്താ?...

നീയാരാ എന്റെ?...

എന്റെ മാതാപിതാക്കളോ??...

അതോ ഭാര്യയോ??....

ഗെറ്റ് ലോസ്റ്റ്.... പ്ലീസ് സ്റ്റോപ്പ് ഇറ്റ്...."

ഭയപ്പാടോടെ പ്രീതി ആര്യന്റെ ഈ വാക്കുകളെ എതിരേറ്റു. ആ വാക്കുകളിൽ അവന്റെ കണ്ണിൽ കാണുന്ന തീക്ഷ്ണതയുടെ കാരണം അവൾക്ക് മനസ്സിലാകുന്നില്ല.

" സ്ത്രീകളെല്ലാം ഇങ്ങനെയാണ്... ബ്ലഡി... "

പിന്നെയും എന്തൊക്കെയോ പറഞ്ഞു കൊണ്ട് ആര്യൻ റൂമിൽ കയറി കതകടച്ചു. നിസ്സഹയായി നിൽക്കാനേ പ്രീതിക്ക് കഴിഞ്ഞുള്ളൂ,

ആര്യൻ എന്തൊക്കെയോ ഉദ്ദേശിച്ചു തന്നെയാണ് അത്തരം കുത്തുവാക്കുകൾ പറഞ്ഞത് എന്ന ബോധം സ്വാഭാവികമായും അവൾക്കുണ്ടായി.

അന്ന് രാത്രി മുഴുവൻ അവൾ അതിനെക്കുറിച്ച് ആലോചിച്ചു. അവന്റെ മുഖത്ത് അന്ന് കണ്ട ആ ഭാവം, ആ വാക്കുകൾ... അതെല്ലാം അന്ന് അവളെ നിദ്ര പകരുന്നതിന് തടസ്സം നിൽക്കുന്ന വെടിയുണ്ടകൾ എന്നപോലെ ശബ്ദിച്ചിരുന്നു.

പിറ്റേന്ന് രാവിലെ പ്രീതി ഓഫീസിലേക്ക് പോകാനായി റൂമിൽ നിന്നിറങ്ങിയപ്പോൾ ആര്യൻ ഹാളിലെ സോഫയിൽ ഇരിക്കുന്നുണ്ടായിരുന്നു.

ഇന്നലെ രാത്രിയിലെ അവന്റെ മുഖവും ഭാവവും അവളിൽ ഭയാനകം ഉണ്ടാക്കിയിരിക്കുന്നത് കൊണ്ടാവണം അവനെ നോക്കാതെ അവൾ കോംബോയിൽ നിന്നിറങ്ങിയത്.

സ്റ്റെയർ ഇറങ്ങി പ്രീതി താഴെ എത്തിയപ്പോഴേക്കും ആര്യന് അവിടെ നിൽപ്പുണ്ടായിരുന്നു. ഒരു പക്ഷേ ലിഫ്റ്റ് റിപ്പയറിങ് ചെയ്ത കാര്യം അവൾ അറിയാത്തത് കൊണ്ടായിരിക്കും എന്നത്തേയും പോലെ ഇന്നും അവൾ സ്റ്റെയറീലൂടെ ഇറങ്ങിയത്.

" പ്രീതി ഐ ആം വെരി സോറി... ഇന്നലെ രാത്രി ഞാൻ എന്തൊക്കെയോ......'

"ഇട്സ് ഓക്കേ.. അതൊന്നും സാരമില്ല‘

' ഞാൻ എന്തൊക്കെയോ ചിന്തിച്ചു കൂട്ടി പോയി... അയാം വെരി സോറി..‘

' അത് സാരമില്ല എന്ന് പറഞ്ഞില്ലേ‘

ഒരു വല്ലായ്മയുടെ മുഖം ചൂടി അവൾ നടന്നകന്നു. ഭാര്യയുടെ മുഖത്ത് കുറ്റബോധം പ്രകടമാകുന്നു.

*

കമ്പനിയിൽ സിസ്റ്റത്തിന് മുന്നിൽ വെറുതെ എന്തൊക്കെയോ ആലോചിച്ചു ആര്യൻ അങ്ങനെ ഏറെനേരം നിൽക്കുമ്പോഴാണ് ഋഷി റൂമിലേക്ക് വന്നത്.

" വാട്ട് ഹാപ്പെൻഡ് മാൻ?.'

‘നത്തിങ്

, ഓ,,, ഒന്നുമില്ലേ ആര്യൻ., ആറേഴ് വർഷമായി ഞാൻ നിന്നെ കാണുന്നു നിന്റെ മുഖത്ത് ഓരോ ഭാവമാറ്റവും എനിക്ക് കൃത്യമായി മനസ്സിലാക്കാനാവും കേട്ടോ‘

"ഒന്നും ഇല്ലെന്നേ..."

" ഓ ശരി ഞാൻ ചോദിച്ചു ബുദ്ധിമുട്ടിക്കുന്നില്ല... ആ പിന്നെ ആ ലേറ്റസ്റ്റ് പ്രിപ്പറേഷൻ, ഞാൻ ചെയ്തുട്ടോ.. നിന്റെ തടക്കം ഹെഡ് ഓഫീസിലേക്ക് ഇമെയിൽ ചെയ്തു...'

"താങ്ക്യൂ ഋഷി"

' താങ്ക്സ് മാത്രം പോരാ എന്തെങ്കിലുമൊക്കെ റിവാർഡ് വേണം,..... നിന്റെ യാ സ്കോപ്പിയർ ഗിറ്റാർ ലൈൻ വായിച്ചു കേൾപ്പിച്ചാൽ മതി... '

' ഓ ഷുവർ '

ആര്യൻ ചെറുതായൊന്നു ചിരിച്ചു.

" ഋഷി നീയെന്തിന് പിന്നെയും ആ ബാങ്കോക്കിലെ കാസ് മാഗസിനിലെ ജോബ് വേണ്ടെന്നുവച്ചു?.. '

' ഓ അതിലൊന്നും കാര്യമില്ലടോ, നെവർ മൈൻഡ്., '

പതിവ് പല്ലവി പറഞ്ഞ് ഋഷി ഇറങ്ങിപ്പോയി.

പ്രീതിയും ഓഫീസിൽ, അത്ര വലിയ സുഖത്തിലല്ല... ആര്യന്റെ മുഖം അവളെ വേട്ടയാടുന്നു...

ദിവസങ്ങൾ അങ്ങനെയും കടന്നുപോകുമ്പോൾ...

അവർ മിണ്ടാൻ തന്നെ മറക്കുന്നു. എന്നിരുന്നാലും,,, ഫോണിലെ ഗ്യാലറിയിലെ ചിത്രങ്ങൾ വെറുതെ നോക്കിയിരിക്കും... രണ്ടുപേരും....

എന്തുകൊണ്ടോ ആര്യന്റെ മുഖം പ്രീതിയെ വിട്ടൊഴിയുന്നില്ല... !...

ഹസീബ് പ്രൊഫഷൻ ടൂറിൽ ആയതിനാൽ, അവന്റെ പെങ്ങളെ (സിത്തു)... പുറത്തേക്കൊന്നും കൊണ്ടുപോകുവാൻ ആര്യനെയാണ് ഏൽപ്പിച്ചത്. എങ്ങനെയോ വിവരമറിഞ്ഞ് പ്രീതി അസ്വസ്ഥയാക്കുന്നു... എന്തോ അവൾക്കൊരു ചേരിചേരായ്മ...

ചെറിയ ഒരു അസൂയ എന്നപോലെ.

ഇറങ്ങാൻ നേരം പ്രീതി വെറുതെയൊന്ന് ആര്യനോട് ചോദിച്ചു...

' ഇതെന്താ പതിവില്ലാതെ വെള്ള ഷർട്ട്... !!..

ആര്യൻ അവളുടെ കണ്ണുകളിലേക്ക് നോക്കി,,, പെട്ടെന്നൊരു മിണ്ടാട്ടം,,, അവൻ ഗവേഷണം ചെയ്യാനൊന്നും നിന്നില്ല...

"അത് '.....

9

പ്രണയമാണോ നിനക്കെന്നോട്?

പ്രണയമാണോ നിനക്കെന്നോട്?

" അത്, സിത്തു പറഞ്ഞു വെള്ള ഷർട്ട് ധരിച്ചാൽ മതിയെന്ന്"..

ഈ പ്രസ്താവന പ്രീതിക്ക് അത്ര ഇഷ്ടപ്പെട്ടില്ല. അവൻ ഒരു പെണ്ണിൽ താതാത്മ്യം പ്രാപിക്കുന്നതിൽ അവൾക്ക് അതൃപ്തി ഉള്ളതാണല്ലോ.

" മ്മ്... പുറത്തേക്ക് അല്ലേ ഞാനുമുണ്ട്,.. എനിക്ക് കുറച്ച് ഷോപ്പ് ചെയ്യാനുണ്ട് ".

" അതിപ്പോ......'

" എന്താ ഹസീബിന്റെ കാറിൽ അല്ലേ?.. അവളുടെ ജേഷ്ഠന്റെ കാറിൽ ഞാൻ കയറാൻ പാടില്ലെന്നുണ്ടോ...? . '

അവൻ മറുത്തൊന്നും പറഞ്ഞില്ല. സിത്തു താഴെ കാത്തുനിൽക്കുന്നുണ്ടായിരുന്നു. ആര്യനെ കണ്ടപ്പോൾ പുഞ്ചിരി വന്ന ആ മുഖത്ത്, പ്രീതിയെ കണ്ടപ്പോൾ നീരസം വന്നപോലെ..

"ആര്യേട്ട പ്രീതി.....?.. '

' അവൾക്ക് എന്തോ ജസ്റ്റ്, ഷോപ്പ് ചെയ്യണം പോലും, ഷോപ്പിങ്ങിന് നിനക്കൊരു കൂട്ട് ആയിരിക്കുമല്ലോ,, അതോണ്ട് ഞാൻ ഓക്കെ പറഞ്ഞു.."

പിന്നിൽനിന്ന് പ്രീതി, സിത്തുവിനോട് ഒരു വല്ലാത്ത ചിരി ചിരിച്ചു.. കിട്ടിയതാണല്ലോ കൊടുക്കേണ്ടത്, തിരിച്ച് സിത്തുവും പ്രീതിയെ നോക്കി ഒരു പ്രത്യേക ചിരി ചിരിച്ചു.

വളരെ തിടുക്കപ്പെട്ട ദൗത്യമായിരുന്നു, മുന്നിലെ സീറ്റ് കൈക്കലാക്കുക എന്നത് പ്രീതി എന്തോ അധികാരത്തിൽ മുൻ സീറ്റിൽ കയറിയിരുന്നു. അത് ഇഷ്ടപ്പെട്ടില്ലെങ്കിലും സിത്തു പിന്നിലെ സീറ്റിൽ ഉപവിഷ്ടയായി. ആര്യൻ ഇതൊന്നും ആലോചനകൾക്ക് വിടാതെ വണ്ടിയെടുത്തു

കാർ മുന്നോട്ടു പോകുന്തോറും, സിത്തുവും, ആര്യനും വല്ലാത്ത കുശലം പറച്ചിൽ. പ്രീതിക്ക് അത്രത്ര പിടിക്കുന്നില്ല.. അവൾ എന്തൊക്കെയോ പറഞ്ഞു കൊണ്ട് അവരുടെ സംസാരത്തിനിടയിൽ കയറിപ്പറ്റാൻ ശ്രമിച്ചു.

ആര്യൻ ആ പ്രതിഭാസത്തെ അത്രകണ്ട് അംഗീകരിച്ചില്ല. അവൾ ഒരുതരത്തിൽ ശത്രുവെന്ന് പോലെ ആണല്ലോ അവൻക്ക്.

തന്നെ മനപൂർവ്വം സംസാരത്തിൽനിന്ന് ആര്യൻ തട്ടിയകറ്റുന്നതിൽ, പ്രീതി ആര്യനെ മനസ്സിൽ ശപിച്ചു.

മാൾട്ട മാളിൽ തന്നെയാണ് ഇപ്രാവശ്യവും കാർ എത്തി നിന്നത്.

" ആര്യൻ വരൂ എന്റെ ഒരു ഫ്രണ്ടിനെ ഒരു ബർത്ഡേ ഗിഫ്റ്റ് വാങ്ങണം, ഒരു സെലക്ഷൻ ഹെൽപ്പ് നൽകൂ..."

"ആര്യനത്ര വശം ഇല്ലെന്നേ..ഞാനില്ലേ... സിത്തു വാ.. '..

ഇതുകേട്ടപ്പോൾ സിത്തു നേരത്തെ ചിരിച്ച് അതേ ചിരി പ്രീതിയോട് പ്രദർശിപ്പിച്ചു.

ആര്യൻ തറപ്പിച്ച് ഒന്ന് പ്രീതിയെ നോക്കി, അവൾ അത് കണ്ടില്ലെന്ന് ഭാവം നടിച്ചു.

ആര്യയുടെയും,സിത്തുവിന്റെയും വിവാഹാരത്തെ

എന്ത് വില കൊടുത്തും തകർക്കാൻ തയ്യാറെന്ന് പോലെയായിരുന്നു പ്രീതി.

ഐസ്ക്രീം കോർണറിൽ കയറിയപ്പോൾ സിത്തുവാണ് ഓർഡറിങ്ങിന്ന് മുൻകൈയെടുത്തത്...

'മൂന്ന് മിന്റ് ചോക്ലേറ്റ് ചിപ്പ്..

ആര്യേട്ടൻ അതാ ഇഷ്ട്ടം അല്ലെ?.... "

ആര്യനെ ചൂണ്ടിക്കാണിച്ചുകൊണ്ട് പ്രീതിയോട് ആയി സിത്തു പറഞ്ഞു.

ആര്യൻ അതേ എന്ന ഭാവത്തിൽ തലകുലുക്കി.

" അല്ലല്ലോ ആര്യൻ നിനക്ക്,,, സ്റ്റോബറി ആണ് ഇഷ്ടം എന്നല്ലേ അന്ന് പറഞ്ഞത്...?.. "

പ്രീതി, സിത്തു വരച്ച വരയുടെ മറുകണ്ടം ചാടി.

എപ്പോ പറഞ്ഞു, എന്ന ഭാവത്തോടെ ആര്യൻ പ്രീതിയെ നോക്കി.

ആ അതൊക്കെ പറഞ്ഞു എന്ന ഭാവത്തോടെ പ്രീതി ആര്യനെയും.

അപ്പോഴാണ്, ആ ഹിന്ദി ഗാനം അവിടെ മുഴങ്ങിയത്.

ആര്യൻ മനപ്പൂർവ്വം ഫോൺ എടുത്തില്ല.

'ആരാ ആര്യേട്ടാ അത്?.. '

" അത് ഋഷിയാണ് ഫോൺ എടുത്താൽ പിന്നെ കുറെ ചോദ്യങ്ങളായിരിക്കും...'

....

സുസ്ഥിരമായ ഒരു ഷോപ്പിംഗ് അനുഭവം അവിടെ ഉണ്ടായില്ല. പ്രീതിയും സിത്തുവും ശീതസമരത്തിന് അധിഷ്ഠിതമായ ഏറ്റുമുട്ടൽ എന്നപോൽ.

തിരിച്ചു വരുമ്പോഴും ആ മുൻസീറ്റ് പ്രീതി സിത്തുവിൻ വിട്ടുകൊടുത്തില്ല....

          *

കോംബോയിലെത്തി സിത്തു അവളുടെ റൂമിൽ പോയതിനുശേഷം, പ്രീതി യുടെയും ആര്യന്റെയും കാര്യത്തിൽ ഭൂതകാലം മെല്ലെ തലപൊക്കി...

ലിഫ്റ്റിൽ വെച്ച് ഇരുവരും മിണ്ടിയതേയില്ല. ആര്യൻ മുൻവാതിൽ തുറന്ന അപ്പോഴേക്കും പ്രീതി വേഗത്തോടെ അവളുടെ മുറിയിലേക്ക് നടന്നു...

" പ്രീതി..... എന്തിനായിരുന്നു, സിത്തുവിന്റെ മുൻപിൽ ഒരു നാടകം?... "

' അത് പിന്നെ നമ്മുടെ പ്രശ്നങ്ങൾ അവളെ അറിയിക്കേണ്ടന്ന് തോന്നി..'

മ്മ്.... അവൻ മൂളി..

" അല്ല എന്തിനായിരുന്നു ഞാനും കൃപാണും ഇടപഴകിയപ്പോൾ ഒക്കെ നീ എന്നോട് അങ്ങനെയൊക്കെ പെരുമാറിയത്? :....

സാഹചര്യം പ്രസക്തം എന്നതിനാൽ അവൾ ആ ചോദ്യം അവിടെ എടുത്തിട്ടു.

'അത്.... അത്..'

' നിനക്ക് എന്നെ ഇഷ്ടമാണോ?.. "

ഒറ്റ നെടുവീർപ്പോടെ പ്രീതി അര്യനോട് ചോദിച്ചു..

അവൻ അവളുടെ കണ്ണുകളിലേക്ക് നോക്കി...

" നിനക്ക് എന്നെ ഇഷ്ടമാണോ?.. "

അവളുടെ കണ്ണുകൾ വികസിച്ചു...

ഇരുവരും മുഖാമുഖം നോക്കി നിന്നു

10

പ്രണയത്തിന്റെ പൂക്കാലം

പ്രണയത്തിന്റെ പൂക്കാലം

അവർ ഇരുവരും മുഖാമുഖം നോക്കി അൽപ്പനേരം അങ്ങനെ നിന്നു പോയി.

" നിനക്ക് എന്നെ ഇഷ്ടമാണോ?"

ആര്യൻ വീണ്ടും ചോദിച്ചു.

അവന്റെ കണ്ണിലേക്ക് ഉറ്റുനോക്കുന്ന അവളുടെ കണ്ണിന്റെ ദൃഷ്ടിയെ പെട്ടെന്ന് പിൻവലിച്ചു കൊണ്ട്,

" അത്.....,., അത്.. എനിക്കറിയില്ല.. എന്നാലും, എന്തോ"

" എങ്കിൽ എനിക്ക് നിന്നെ ഇഷ്ടമാണ്.. "

ആര്യൻ കൂരമ്പ് പോലെ തന്റെ പ്രണയത്തെ അവളുടെ ഹൃദയത്തിലേക്ക് ആവാഹിച്ചു. അവൾ വീണ്ടും അവന്റെ കണ്ണിലേക്ക് നോക്കി.

അവളുടെ ചുണ്ടുകൾക്കിടയിൽ ഒരു പുഞ്ചിരി വിടർന്നു.

" സത്യമായും എനിക്ക് നിന്നെ ഇഷ്ടമാണ് പ്രീതി.. എന്തോ,. നീ വല്ലാതെ എന്നിൽ..... "

' മതി ഇത്രയും മതി'...

അവൾ അവന്റെ ചുണ്ടുകളിൽ തന്റെ കൈപ്പത്തി മെല്ലെ കൊണ്ടു വെച്ചു.

ഈ നിമിഷം മുതൽ പ്രീതി ആര്യന്റെയും ആര്യൻ പ്രീതിയുടേതുമായി മാറുകയാണ്.

അപ്രതീക്ഷിതമായി കണ്ടുമുട്ടി, ഒരുമിച്ച് താമസിച്ച് സുഹൃത്തുക്കളായി, പിന്നീട് എപ്പോഴോ, ഹൃദയത്തിൽ നട്ടുവളർത്തിയ പ്രണയത്തിന്റെ പനിനീർച്ചെടി പൂത്തുലയുന്ന ഈ അസുലഭ ഈ സന്ദർഭത്തിൽ ഈ എഴുത്തുകാരൻ സംതൃപ്തനാണ്.

ഇനിയുള്ള ദിവസങ്ങൾ ഈ രണ്ട് കമിതാക്കളുടെ അനുരാഗത്തിന് പൂക്കാലമാണെന്ന് എഴുതേണ്ടതില്ലല്ലോ.

അവരുടെ ഏഴു നിയമ ഭരണഘടന എല്ലാം പൊളിയ്ക്കപെട്ടു.

അവളുടെ ബെല്ല പിന്നീട് അവന്റെത് കൂടിയായിരുന്നു. അത് വല്ലാതെ അവനുമായി ഇണങ്ങി....

പഴയതെല്ലാം ആര്യൻ മറക്കാൻ ശ്രമിക്കുന്നു. പ്രീതിയാണ് അവന്റെ പുതിയ ലോകം

എല്ലാ സ്ത്രീകളും ആത്മാർത്ഥമായ പ്രണയത്തിന് വില കൽപ്പിച്ചിരുന്നു എങ്കിൽ എന്ന് അവൻ ആഗ്രഹിച്ചു പോയി... പ്രീതിയെ പോലെ...

ഹസീബ് എന്തൊരു പ്രവചന വീരൻ. അവൻ അത് പണ്ടേ മനസ്സിൽ കണ്ടിരുന്നു...

സിത്തു പ്രീതിയെ നോക്കി നല്ലവണ്ണം കളിയാക്കി..

" വെറുതെയല്ല പ്രീതിയെച്ചി അങ്ങനെയൊക്കെ....... എന്നോടൊന്നു പറയേണ്ടേ ഞാൻ സെറ്റ് ആക്കി തരില്ലായിരുന്നൊ? '"

പ്രീതി കള്ളച്ചിരി ചിരിച്ചു.

സിത്തുവിനാണ് ഇതിനെല്ലാം ക്രെഡിറ്റ്. അന്ന് അങ്ങനെയൊരു പുറത്തേക്ക് പോവലിൽ നിന്നാണല്ലോ ഈ പൂക്കാലം ഉണ്ടായത്.

" എന്നാലും പ്രീതിയേച്ചി എന്നെയും ആര്യേട്ടനേയും..തെറ്റിദ്ധരിച്ചല്ലോ എന്നോർക്കുമ്പോൾ.... "

പ്രീതിക്ക് മനസ്താപമുണ്ടായി,.

"ഛേ "

സിത്തുവിന്റെയുള്ളിൽ പ്രീതിക്ക് ഒരു ഉരുക്കുവനിത എന്ന പരിവേഷം ഉണ്ടായിരുന്നു.

പണ്ടത്തെ ആര്യനിൽ നിന്നും ഇന്നത്തെ അവന്റെ മാറ്റത്തിലേക്ക് വഴിതെളിച്ചത്തിന്.

സ്ത്രീകൾ എന്ന് കേൾക്കുമ്പോൾ തന്നെ കലിപ്പും വെറുപ്പും പടർന്നിരുന്ന ആര്യനെ എത്ര ശ്രമിച്ചിട്ടും തന്റെ ഒരു നല്ല സുഹൃത്ത്

ആക്കാൻ സിത്തുവിൻ കഴിഞ്ഞിരുന്നില്ല.

അങ്ങനെയുള്ള ഒരാളെ ഇങ്ങനെ ഒരാളാക്കി മാറ്റിയത് പ്രീതി മാത്രമാണ്.

പൂക്കാലം തുടരുകയാണ്.

ഇങ്ങനെയൊക്കെയാണെകിലും അവർ പരസ്പരം സ്പർശിക്കാൻ മടിച്ചു.

മടി എന്ന് എഴുതാൻ വയ്യ..

പ്രീതി ദീർഘവീക്ഷണവതിയായിരുന്നു. ആര്യന്റെ മോഹങ്ങളുടെ താജ്മഹലിന്റെ അടിത്തറ

അവൾ തന്ത്രപൂർവ്വം പൊളിച്ചെടുത്തു.

രാത്രി 9:00 എത്തുമ്പോഴേക്കും അവൾ അവളുടെ മുറിക്കകത്ത് സുരക്ഷിതയായി.. പരസ്പരം ആഗ്രഹങ്ങൾ ഉണ്ടായിട്ടും..

എന്തിനോ വേണ്ടി അവൾ അങ്ങനെ ഒരു ത്യാഗം സഹിച്ചു.

പാവം ആര്യൻ, അവളുടെ ആ ത്യാഗത്തെ പഴിച്ച് ഉറക്കമില്ലാതെ അവളുടെ വരവും കാത്തിരുന്നു.

തുറന്ന പ്രണയത്തെയും കരുതലിന്റെ മോഹവുമായി അനുദിനം അവർക്കിടയിൽ ഈ ബന്ധം ശക്തിപ്രാപിച്ചു. നല്ല നാളുകൾ കടന്നു പോവുകയാണ്.

ഒരിക്കൽ ഋഷിയാണ്, അത് ചോദിച്ചത്.

"പഴയതൊന്നും നീ മറന്നിട്ടില്ലല്ലോ എന്ന്?.."

11

സ്നേഹവിരുന്ന്

ഋഷിയുടെ ചോദ്യത്തിനു മുൻപിൽ ഒരു നിമിഷം ആര്യൻ തന്റെ പൂനെ ഫിലിം ഇൻസ്റ്റിറ്റ്യൂട്ടിൽ പഠിക്കുന്ന കാലഘട്ടത്തിന്റെ ഓർമ്മകളിൽ അയവിറക്കി.

അതൊന്നും വീണ്ടും ഓർമിക്കുവാൻ അവൻ ഇഷ്ടപ്പെട്ടിരുന്നില്ല.

ഇപ്പോൾ പ്രീതി അവന് എല്ലാം ആയി കഴിഞ്ഞിരിക്കുന്നു.

ആര്യനും പ്രീതിക്കും ആയി ഹസീബ് ഒരു ഡിന്നർ ഒരുക്കി.

" സിത്തുവിനെ കൂടി കൂട്ടാമായിരുന്നില്ലേ?. "

കാറിൽ പോയി കൊണ്ടിരിക്കുമ്പോൾ ഡ്രൈവ് ചെയ്യുന്ന ഹസീബിനോടായി അവൾ ചോദിച്ചു...

" അവൾ നാളെ ഇൻഡോർലേക്ക് പോവുകയാണ്, ഒന്ന് രണ്ട് ഫ്രണ്ട്സിനെ കാണാൻ ഉണ്ടെന്ന് പറഞ്ഞു... അതാ വരാഞ്ഞേ....

ആര്യൻ എന്താ മിണ്ടാതെ ഇരിക്കുന്നേ?.. സ്വർഗ്ഗത്തിലെ കമിതാക്കൾക്ക് ഒരു ഡിന്നർ ഒരുക്കി ഞാൻ കുട്ടുറുമ്പ് ആയോ?.......... "

ചിരിച്ചുകൊണ്ട് ഹസീബ് ആര്യനോട് ചോദിച്ചു?.

" പോടാ,, പോടാ... "

ആര്യയുടെ മുഖത്തും ചിരിവന്നു.

" അല്ല എന്താ പ്ലാൻ ഇങ്ങനെ പ്രേമിച്ച് നടന്നാൽ മാത്രം മതിയോ?... അതോ....."

' ഞങ്ങളൊന്ന് അല്പകൂടി പ്രണയിക്കട്ടെ ഹസീ... ബാക്കിയുള്ളതൊക്കെ പിന്നീടല്ലേ, '

ഹസീബിന്റെ ചോദ്യം മുഴുവൻ ആകുന്നതിനുമുമ്പ് ആര്യൻ പറഞ്ഞുനിർത്തി. ശേഷം അവൻ പ്രീതിയുടെ മുഖത്തേക്ക് നോക്കി.

ആഹാ എന്തൊരു ആഗ്രഹം.,, എന്ന പുച്ഛരഭാവത്തിൽ പരിഹാസം കലർന്ന ഭാവം, പ്രീതിയുടെ മുഖത്ത്.

മയൂഖം റസ്റ്റോറന്റിൽ നേരത്തെ ബുക്ക് ചെയ്തിട്ട സ്പെഷ്യൽ റൂമിലായിരുന്നു ഹസീബിന്റെ സ്നേഹവിരുന്ന്.

" എന്തു വേണമെങ്കിലും ഓർഡർ ചെയ്തോളൂ, ഇന്നത്തെ നിങ്ങളുടെ ദിവസം എന്റെ വക.... ഞാൻ നേരത്തെ BTQ പോർക്ക് ഓർഡർ ചെയ്തിട്ടുണ്ട്,, ഇനി നിങ്ങൾക്ക് എന്താ വേണ്ടത്??.. "

വിദേശ ഭക്ഷണത്തിനോട് പ്രിയം ഉണ്ടെങ്കിലും BTQ പോർക്കിനോട് അസംതൃപ്തി തോന്നിയ പ്രീതിക്ക് ചിക്കൻ ഫ്രൈഡ് റൈസ് മതിയെന്നായി.. ആര്യനും അതുമതി.

" ഹോ എന്തൊരു ഒത്തൊരുമ..."

വീണ്ടും ആ പഴയ ഡയലോഗ് ഹസീബ് രംഗത്തിറക്കി,

" ഒരിക്കൽ കീരിയും പാമ്പും ആയിരുന്നവർ ഇപ്പൊ കണ്ടില്ലേ....."

' മതി മതി ഭക്ഷണം കഴിക്ക്.... '

ആര്യന്റെ റെഡ് സിഗ്നൽ.

BTQ പോർക്ക് അത്യധികം ആർത്തിയോടെ തിന്നുന്നതിനിടയിൽ ഹസീബ്, ആര്യയെയും പ്രീതിയേയും പിന്നെ നോക്കാൻ നിന്നില്ല..

അവർക്കിടയിൽ എന്തൊക്കെയോ സ്നേഹ കൈമാറ്റങ്ങൾ നടന്നുകൊണ്ടിരിക്കുന്നു...

അങ്ങനെ സന്തോഷത്തോടെ ആ സ്നേഹവിരുന്ന് അവിടെ അവസാനിച്ചു...

**

" അവൾ എവിടെയുണ്ടെന്ന് പിന്നീട് അന്വേഷിച്ചില്ലേ?.. "

പ്രീതി ചോദിച്ചു.

" ഇല്ല.. അന്ന് ഞാൻ ആത്മഹത്യ ചെയ്യാൻ വരെ തുനിഞ്ഞിരുന്നു.. ഋഷി,,,ഋഷിയാണ് പിന്നെ എന്നെ ജീവിതത്തിലേക്ക് തിരിച്ചുകൊണ്ടുവന്നത്... "

മ്മ്...

പ്രീതി മൂളി.

" ഇനിയിപ്പൊ അവൾ വന്നാൽ,,,,, എന്നെ.... എന്നെ ഒഴിവാക്കുമോ?.. "

വലിയ ആകാംഷയോടെ പ്രീതി ചോദിച്ചു.

" ചിലപ്പോ.."

പ്രീതി ഞെട്ടി, അവളുടെ മുഖം ചുവന്നു തുടുത്തു..

" ഞാൻ വെറുതെ പറഞ്ഞതാടോ, അപ്പോഴേക്കും നീ പിണങ്ങിയോ..??. "

ഇത് കേട്ടതും ആശ്വാസം വീണപോൽ പ്രീതി ആര്യനെ നോക്കി.

" ഈ വരുന്ന ഞായറാഴ്ച ഞങ്ങളുടെ ഗിറ്റാർ റോയൽസ് ക്ലബ്ബിന്റെ ആനിവേഴ്സറി ആണ് ഞാൻ ഒരു സ്പെഷ്യൽ ടാഗ് പ്രാക്ടീസ് ചെയ്തു വച്ചിട്ടുണ്ട്.."

" തീർച്ചയായും ഞാൻ വരും."

ക്ഷണ വാക്കുകൾ ആര്യനിൽ നിന്ന് വരും മുമ്പേ അവൾ പറഞ്ഞു.

ആര്യൻ പ്രീതിയെ നോക്കി ചിരിച്ചു.

' ഇപ്പൊ ആ ടാഗ് ഒന്ന് പ്ലേ ചെയ്യുമോ?.. "

'അത്... '

ആര്യൻ അൽപനേരം ചിന്തിച്ചിരുന്നു...

" വെറുതെ തരില്ല ഒരു ഉമ്മ തന്നാൽ കേൾപ്പിക്കാം.."

' അയ്യടാ എന്തൊരു ആഗ്രഹം, അങ്ങനെ ഇപ്പൊ ഒരു ഉമ്മ കിട്ടിയിട്ട് മോൻ അത് കേൾപ്പിക്കേണ്ട...'

സോഫയിൽ നിന്ന് എണീറ്റ് ആര്യനെ നിരാശനാക്കി കൊണ്ട് പ്രീതി മുറിയിലേക്ക് നടന്നു.

ചീട്ടുകൊട്ടാരം തകർന്നു വീണപ്പോലെ അവന്റെ ആഗ്രഹങ്ങളെ അവൾ തല്ലി കെടുത്തുന്നതിൽ... അവൻ ഒരു നെടുവീർപ്പിട്ടു..

പ്രീതി വാതിൽക്കൽ അവനെ നോക്കി നിൽക്കുന്നു.

അവൻ ഗിറ്റാർ എടുത്ത്

അതിന്റെ കമ്പികളിൽ വിരൽ അമർത്താൻ ഒരുങ്ങി....

12

റോയൽസ് ക്ലബ്ബിന്റെ വാർഷിക ദിനാഘോഷം

റോയൽസ് ക്ലബ്ബിന്റെ വാർഷിക ദിനാഘോഷം

" അയ്യടി.. അങ്ങനെ ഓസിക്ക് ഇപ്പോ അത് കേൾക്കേണ്ട.. "

ഇതും പറഞ്ഞ് ഗിറ്റാർ എടുത്തു ആര്യൻ റൂമിലേക്ക് പോയി.

' പ്ലിംഗ്' എന്ന മട്ടിൽ പ്രീതി വാതിൽക്കൽ അല്പനേരം നിന്നു പിന്നെ എന്തൊക്കെയോ പിറുപിറുത്തു കൊണ്ട് മുറിയിലേക്ക് അവളും പോയി.....

ഗിറ്റാർ റോയൽസ് ക്ലബ്ബിന്റെ വാർഷിക ദിനാഘോഷം.

" ആര്യൻ.. ഇന്ന് ഏത് ഡ്രസ്സ് ആണ് ധരിക്കുന്നത്?

"മ്മ്...... എന്റെ യാ മെറൂൺ ഷർട്ട്.. എന്താ നന്നായിരിക്കില്ലേ,?

" മ്മ്.. ബട്ട് ഞാൻ ഒരു പുതിയ ഷർട്ട് വാങ്ങിയിട്ടുണ്ട്.. '

അവൾ അവന്റെ മുന്നിലേക്ക് ഒരു ഷർട്ട് ബോക്സ് നീട്ടിക്കൊണ്ട് പറഞ്ഞു.

അവൻ അത് തുറന്നു നോക്കി.

" വെൽ ബ്ലൂ കളർ..??.. "

" എന്താ ഇഷ്ടമായില്ലേ? "

" ഷുവർ... താങ്ക്യൂ"

" എങ്ങനെയുണ്ട് എന്റെ സെലക്ഷൻ?.. "

" ബെറ്റർ,,.. ".

ആര്യന്റെ മുഖത്ത് അപ്പോൾ കണ്ട പ്രസന്നത യിൽ പ്രീതി സമൃദ്ധയായി.

....

" പ്രീതി കഴിഞ്ഞില്ലേ?... നിന്റെ ഒരുക്കം കണ്ടാൽ തോന്നും നീയാണ് ഇന്ന് പ്രോഗ്രാം ചെയ്യുന്നതെന്ന്..."

" വെയ്റ്റ് ആര്യൻ... ഇതാ വരുന്നു..., ബെല്ലയെ കൂടി കൊണ്ടു പോകാമായിരുന്നു '

' ഹോ നാശം ഇനി അതിന്റെ ഒരു കുറവും കൂടിയേ ഉള്ളൂ... നീ വന്നേ സമയം വൈകുന്നു.. '

പ്രീതിയും ആര്യനും കോംമ്പോയിൽ നിന്നിറങ്ങി.

" ഈ ഷർട്ട് അസ്സലായിട്ടുണ്ട്... '

ബൈക്കിൽ കയറാൻ നേരം പ്രീതി പറഞ്ഞു.

' അതിപ്പോ ഏത് ഷർട്ടും ഞാൻ സുന്ദരൻ ആണ്..."

ബൈക്ക് സ്റ്റാർട്ട് ചെയ്യുന്നതിനുമുമ്പ് ആര്യന്റെ

കൗണ്ടർ അടി.

സമയം വൈകുന്നു എന്ന തോന്നൽ ആയിരിക്കാം അല്പ വേഗത്തിലാണ് ആര്യൻ വണ്ടിയോടിച്ചത്, പ്രീതി ആര്യനെ ചേർത്തുപിടിച്ചു.

ഓഡിറ്റോറിയത്തിന് മെയിൻ വാതിലിനു മുമ്പിൽ ഋഷി കാത്തുനിൽക്കുന്നുണ്ടായിരുന്നു.

" നീ എവിടെയായിരുന്നു ഇത്രയും നേരം... ഞാൻ എത്ര തവണ കോൾ ചെയ്തെന്നോ..."

" സോറിഡാ അല്പം ലേറ്റ് ആയിപ്പോയി...'

" ആ പ്രീതിയും ഉണ്ടല്ലോ ഹായ്..,, '

'ഹായ് '

' പ്രീതി അങ്ങോട്ട് ചെല്ല് ഞങ്ങൾ ഗ്രീൻ റൂമിലേക്ക് പോകട്ടെ...'

" ശരി...... ആര്യൻ ബെസ്റ്റ് ഓഫ് ലക്ക്...."

മ്മ്....

ആര്യൻ ഇളം ചിരിയോടെ അതിനെ എതിരേറ്റു. അവൾ തിരിഞ്ഞു നടക്കുമ്പോഴും അവൻ അവളെ നോക്കി നിന്നു.

" ഞാൻ നിന്നോട് മെറൂൺ ഷർട്ട് ധരിക്കാൻ അല്ലേ പറഞ്ഞേ,,,?? "

റിഷി ചോദിച്ചു.

"ഇത് പ്രീതിയുടെ സെലക്ഷൻ ആണ്.. ഹൗ ഈസ് ഇറ്റ്?... '

"മ്മ്... പെർഫെക്ട് '..

ഋഷി അതിനെ പ്രകീർത്തിച്ചു.

...

വേദിയിൽ മൂന്ന് നാല് പേർ, കൂടെ ആര്യനും, മധ്യത്തിലായി ഋഷി.

പ്രീതിയുടെ കണ്ണുകൾ ആര്യനിലേക്ക് മാത്രം. അവന്റെ ചലനം ഗിറ്റാറിനോടനുബന്ധിച്ച് ആണെങ്കിലും ശ്രദ്ധ മുഴുവൻ ആയിരുന്നു.

ചുറ്റും ഹർഷ ആരവങ്ങളോടെയുള്ള ബഹളങ്ങൾ ഒന്നും അവർ അറിയുന്നില്ല. ഗിറ്റാർ കമ്പികളിൽ നിന്ന് വരുന്ന മധുര സംഗീതത്തിന്റെ അലയൊലികളിൽ മത്സ്യങ്ങൾ എന്ന പോലെ അവർ നീന്തിത്തുടിക്കുക യായിരുന്നു.

അവരുടെ പെർഫോമൻസ് അവസാനിച്ചതും ഭീമാകാരമായ കൈയ്യടി കളുടെ കൂമ്പാരമാണ് വേദിയെ ധന്യമാക്കിയത്...

" ആര്യൻ വളരെ നന്നായിരുന്നു യുവർ എസ്സില്ലെന്റ്.... "...

തിരിച്ച് കോംബോ യിലേക്ക് പോരാൻ നേരം പ്രീതിയുടെ നല്ല വാക്കുകൾ ആര്യനിലേക്ക്..

ആര്യൻ ചിരിച്ചു...

" താങ്ക്യൂ..,, താങ്ക്യൂ.."

ഹൈദരാബാദ് സിറ്റിയെ ഇരുട്ട് വിഴുങ്ങി കഴിഞ്ഞിരിക്കുന്നു. തെരുവ് വിളക്കുകളിലെ ഹ്രസ വെളിച്ചത്തിൽ നിശ്ചലമായി കിടക്കുന്ന നിരത്തിലൂടെ അവനും അവളും ബൈക്കിൽ പോരുകയാണ്...

ഇടയ്ക്ക് അവൻ ബൈക്ക് നിർത്തി..

" എന്താ എന്തു പറ്റി...?.. "

പ്രീതി ചോദിച്ചു.

ആര്യൻ, അവളുടെ മുഖത്തേക്ക് എന്തോ അർത്ഥമില്ലാത്ത ഒരു നോട്ടം നോക്കി.

13

ഒരിടവേള നാട്ടിലേക്ക്

ഒരിടവേള നാട്ടിലേക്ക്

" എന്താ എന്തു പറ്റി എന്താ ഇങ്ങനെ നോക്കുന്നെ,.?. "

" നീയൊന്നു ഇറങ്ങിക്കേ.."

പ്രീതി ബൈക്കിൽ നിന്നിറങ്ങി.

ആര്യൻ ഗിറ്റാർ ബാഗിന്റെ

സിബ് അഴിച്ചു.

" എന്താ ഇവിടെവെച്ച് ഗിറ്റാർ പ്ലേ ചെയ്യാൻ പോവുകയാണോ? ".

പ്രീതി ചോദിച്ചു.

ആര്യൻ ഒന്നും മിണ്ടിയില്ല.

" നീ ഇത് കണ്ടിട്ടുണ്ടോ? "

ഗിറ്റാർ ഇന്റെ മധ്യത്തിലായി ആലേഖനം ചെയ്ത രണ്ട് ഇംഗ്ലീഷ് അക്ഷരങ്ങൾ തൊട്ടുകൊണ്ട് അവൻ അവളോട് ചോദിച്ചു.

" ഇത് എന്താ എ എം..?

ഇതിനെന്താ...?.. "

" ഈ ഗിറ്റാർ എനിക്ക് അവൾ തന്നതാണ്. ഇത്രയും കാലം അവളുടെ ഓർമയ്ക്കു വേണ്ടി ഞാനിത് സൂക്ഷിച്ചു... പല ഗിറ്റാർ എനിക്ക് ഉണ്ടെങ്കിലും ഇതിനോടു വല്ലാത്ത ഒരു പ്രിയമായിരുന്നു.."

" ആര് മാഹ തന്നതോ? "

" അതെ... എന്റെ പേരിന്റെ ആദ്യ അക്ഷരം എ എന്നും അവളുടെ പേരിന്റെ ആദ്യ അക്ഷരം എം എന്നുമാ ഇത് "..

പ്രീതി ഒരു നീരസത്തോടെ ഇത് കേട്ടു നിന്നു.

" പക്ഷേ ഇനി ഈ ഗിറ്റാർ എനിക്ക് വേണ്ട എന്ന് തോന്നുന്നു..... "

" അതെന്താ?? "

" അവൾ എന്നെ വേണ്ടെന്നു വച്ച് പോയപ്പോഴും ഞാൻ ഇത് ഉപേക്ഷിക്കാൻ ഇരുന്നത്,,,,,, എന്തോ...... വല്ലാത്ത ഒരു,... എനിക്കറിയില്ല

ഇനിയിപ്പോ ഇതു വേണ്ട,, ഇന്നലെകൾ കഴിഞ്ഞു പോയില്ലേ?... "....

പ്രീതി ആര്യന്റെ തത്വശാസ്ത്രപരമായ പ്രസ്താവനയിൽ അവനെ ഉറ്റുനോക്കി.

"മാഹയുടെ ഓർമ്മകൾ ഇവിടെ അവസാനിക്കുകയാണ്, ഈ ഗിറ്റാറിന്റെ

നഷ്ടത്തോടെ അവളുടെ ഓർമ്മകൾ എന്നിൽ നിന്ന് അവസാനിക്കട്ടെ... "

പ്രീതി നോക്കിനിൽക്കേ അവൻ ആ ഗിറ്റാർ റോഡിന്റെ ഒരു വശത്തേക്ക് എറിഞ്ഞു. അവളൊന്നും എതിർത്തില്ല. അവന്റെ പ്രവർത്തിയിൽ അത്ഭുതത്തിൽ പൂണ്ട് പോവാനെ അവൾക്ക് കഴിഞ്ഞുള്ളൂ.

ആര്യൻ ഒരടി അവളുടെ മുമ്പിലേക്ക് നടന്നു.

" പ്രീതി നീ എന്നെ ഉപേക്ഷിക്കുമോ?. "

അവന്റെ ചോദ്യത്തിൽ ഒരു നിമിഷം അവൾ ചിന്താകുലയായി. അവന്റെ കണ്ണിലേക്ക് ആഴത്തിൽ അവൾ നോക്കിനിന്നു.

" അങ്ങനെ തോന്നുന്നുണ്ടോ?.. "

"ഇല്ല.. "

"മ്മ്‌.. മ്മ്‌. "

ഒരു ചെറു ചിരിയോടെ അവൾ മൂളി. അവൻ അവളുടെ മുഖം അവനോടു ചേർത്തുപിടിച്ചു. അവളുടെ നെറ്റിത്തടത്തിൽ ഒരു സ്നേഹ ചുംബനം നൽകി. അവളത് സന്തോഷത്തോടെ ഏറ്റുവാങ്ങി...

ശേഷം അവർ കോമ്പോ യിലേക്ക് തിരിച്ചു......

തങ്ങളുടെ പ്രണയത്തിന് ഒരു ഔപചാരിക രൂപം കൈവന്നത് ഈ സാഹചര്യം വിലയിരുത്തപ്പെട്ടു.

**

പ്രീതി ഹൈദരാബാദിൽ എത്തിയിട്ട് ഏകദേശം ഏഴു മാസം പിന്നിട്ടു. നാട്ടിലേക്ക് പോവാൻ ഒരു അനിവാര്യമായ സാഹചര്യം ആയി. ഒടുവിൽ നാട്ടിലേക്ക് ഒന്ന് പോയി വരാൻ അവൾ തീരുമാനിച്ചു.

ആര്യനോട് ചോദിച്ചപ്പോൾ അവനും കൂടെ വരാം എന്നാണ് പറഞ്ഞത്. വേണ്ട എന്ന് അവൾ അവനോടു പറഞ്ഞു.

ആര്യന്റെ കാര്യം വീട്ടിൽ ഒന്നു സൂചിപ്പിക്കട്ടെ, ശേഷം നമുക്കൊരുമിച്ചു പോകാം എന്ന് അവൾ അവനെ പറഞ്ഞു മനസ്സിലാക്കി.

ഒരു റിട്ടേഡ് മേജർ ഓഫീസറാണ് അവളുടെ അച്ഛൻ. അതിനാൽ തന്നെ അല്പം വ്യവസ്ഥാപിതമായ രീതിയിൽ എല്ലാം അവതരിപ്പിക്കേണ്ടതുണ്ട്.

കാര്യത്തിലെ ഗൗരവം മനസ്സിലാക്കിയപ്പോൾ ആര്യന് സാഹചര്യമാനുസൃതമായി തന്നെ പെരുമാറി.

റെയിൽവേ സ്റ്റേഷനിലേക്ക് അവളെ യാത്രയാക്കാൻ അവനും പോയി..

"ടോ... വേഗം വരണെ.. നീയില്ലാതെ എനിക്ക് ആലോചിക്കാൻ പോലും ആവുന്നില്ല.. "..

" എന്താ ആര്യൻ, കൊച്ചുകുട്ടികളെപ്പോലെ, ഒരാഴ്ച കൊണ്ട് ഞാൻ വരില്ലേ... "

മ്മ്... മ്മ്.

അവൻ മൂളി.

തീവണ്ടി നീങ്ങുന്നത് സ്വല്പം നിരാശയോടെ അവൻ നോക്കി നിന്നു. അവൾ ജനാലവഴി 'അവിടെ എത്തിയിട്ട് വിളിക്കാം' എന്ന് ആംഗ്യം കാണിച്ചു.

......

സമയം പോകാൻ എന്തൊക്കെ ചെയ്യണം എന്ന് അവന് തന്നെ നിശ്ചയമില്ല.

കുറെ നേരം ഫോണിൽ തോണ്ടിയിരുന്നു, കുറെ ടിവി കണ്ടു,,, ബാൽക്കണിയിൽ പോയിരുന്നു, ബൈക്കെടുത്ത് രണ്ട് റൗണ്ട് ചുറ്റി...

അവൾ ഇല്ലാത്തതുകൊണ്ട് എന്തോ വല്ലാത്ത അവസ്ഥ.

അവളില്ലാതെ ഒരു രാത്രി എത്തിയപ്പോഴേക്കും ഇങ്ങനെ ആണെങ്കിൽ... ഒരാഴ്ച.,,,,, അവന്റെ മനസ്സ് മടുത്തു.

അവളെ കുറിച്ചുള്ള ചിന്തയിൽ മുഴുകി ഇരിക്കുമ്പോഴാണ് ആ ഹിന്ദിഗാനം അവിടെ മുഴങ്ങിയത്.

സ്ക്രീനിൽ: പ്രീതി കോളിംഗ്...

14

വീണ്ടുമാ പഴയരോർമ്മകൾ

വീണ്ടുമാ പഴയരോർമ്മകൾ

തെല്ലും സമയം കളയാതെ ആര്യൻ കോൾ അറ്റൻഡ് ചെയ്തു.

- ഹലോ പ്രീതി എപ്പോഴാ എത്തിയത്?...

- ആ ഹലോ... ആര്യൻ ഞാൻ വൈകിട്ട് നാലു മണി ആകുമ്പോഴേക്കും എത്തി...., യാത്രാ ക്ഷീണം കൊണ്ട് ഉറങ്ങിപ്പോയി അതാ വിളിക്കാൻ വൈകിയത്..

-. മ്മ്... എന്നിട്ട് എന്തൊക്കെ..?...

- ഇവിടെ സുഖമായിരിക്കുന്നു,,, എല്ലാവരും ഭയങ്കര സന്തോഷത്തിലാണ്.

അമ്മ എന്തൊക്കെയോ സ്പെഷ്യൽ ഐറ്റം കുക്ക് ചെയ്തു കൊണ്ടിരിക്കുകയാ,,, ബെല്ലയുടെ കാര്യമാണ് കഷ്ടം. ഹൈദരാബാദ്‌ം ആയി ഇണങ്ങിയത് കൊണ്ട് ഇവിടുത്തെ കാലാവസ്ഥ ഒട്ടും പറ്റുന്നില്ല അവള്ക്ക്,,,, ഇവിടെ നല്ല തണുപ്പാ....

നല്ല മഞ്ഞ് പൂക്കുന്ന കാലാവസ്ഥ....

- മഞ്ഞ് പൂക്കുന്നതൊ?..

-.. ആ ഇവിടെ അങ്ങനെയാ പറയാറ്,,, മഞ്ഞ് പൂക്കുകാന്ന്...

- ഹോ.,, ആ മഞ്ഞ് പൂക്കുന്നിടത്തേയ്ക്ക് എന്നാ എനിക്കും നിന്റെ കൂടെ വരാൻ കഴിയുക?..

ആര്യൻ കളിയാക്കി ചോദിച്ചു.

- ഞാൻ പറഞ്ഞില്ലേ,,, ആദ്യം മെല്ലെ കാര്യങ്ങളെല്ലാം ഒന്ന് അവതരിപ്പിക്കട്ടെ,,, അനിഷ്ടങ്ങൾ ഒന്നും ഉണ്ടാവില്ല എനിക്കുറപ്പാണ്..

-മ്മ്... ഉണ്ടാകാതിരുന്നാൽ മതി.

- ശരിയെന്ന് ഞാൻ വിളിക്കാം...

- അയ്യോ,, വെക്കല്ലേ വെക്കല്ലേ..

- എന്താ?....

- വല്ലാണ്ട് മിസ്സ് ചെയ്യുന്നുണ്ടോ തന്നെ..

- ഒന്ന് വച്ച് പൊയ്ക്കേ...

പ്രീതി കോൾ കട്ട് ചെയ്തു. ശേഷം:

നിന്നെയും ഞാൻ വല്ലാണ്ട് മിസ്സ് ചെയ്യുന്നുണ്ടേടോ... ഫോണിൽ നോക്കി കൊണ്ട് ചെറിയൊരു പുഞ്ചിരിയോടെ അവൾ പറഞ്ഞു..

പിറ്റേന്ന് കമ്പനിയിൽ.

" എന്താ ആര്യൻ ഏതുനേരവും ചിന്തയിൽ ആണല്ലോ?.. ആരെയാ ഇത്ര ഓർക്കാൻ?.. "

ആര്യന്റെ കാബിനിലേക്ക് കയറി വന്നപ്പോൾ റിഷി ചോദിച്ചു.

' ഓ ഒന്നുമില്ല.. പ്രീതി ഇന്നലെ നാട്ടിലേക്ക് പോയി, എന്തോ ഒരു വല്ലാത്ത മിസ്സിംഗ് പോലെ.'

" ഓ... ഓ.. അപ്പോ ഞാൻ ഊഹിച്ചത് സത്യം ആയിരുന്നല്ലേ..? "

" എന്ത്?.. '

' നിങ്ങൾ പ്രണയത്തിലായിരുന്നുവെന്ന്?.. '

ആര്യൻ മുഖം താഴ്ത്തി ചിരിച്ചു.

" ആ പിന്നെ, മുംബൈയിലേക്കുള്ള ന്യൂ സോഷ്യൽ പോസ്റ്റിങ്ങ് വിപണിയിലേക്കുള്ള വർക്ക് ഞാനാണ് നിനക്ക് വേണ്ടി ചെയ്തത്.. "

" ഓ എന്തിനാ നീ വെറുതെ.. ഞാൻ അത് ചെയ്യുമായിരുന്നല്ലോ?.. എനിവേ താങ്ക്സ്.. "

" ങാ ശരി ശരി... "

റിഷി ആര്യന്റെ ഉപചാര വാക്കിനെ ഇങ്ങനെ ഒതുക്കി.

" റിഷി.... ജൂഹി പറഞ്ഞു നിനക്ക് പ്രമോഷൻ ട്രാൻസ്ഫർ യശ്പാൽ സാറ് ശരിയാക്കിയിട്ടുണ്ട് എന്ന്?.. '

" ഓ എന്തിനാ വെറുതെ... എനിക്കൊരു ആഗ്രഹവുമില്ല ഞാൻ അത് ക്വിറ്റ് ചെയ്യാൻ സാറിനോട് റിക്വസ്റ്റ് ചെയ്തോളാം.. "

ഈ ഒരു മറുപടി റിഷിയിൽ നിന്നും ആര്യൻ പ്രതീക്ഷിച്ചിരുന്നു.

" ആ പിന്നെ... നമ്മുടെ ആഫ്രി ഇല്ലേ പണ്ട് പൂനെയിൽ പഠിക്കുന്ന കാലത്തെ...

" ആ യാ ഐ റിമംബർ.. "

" അവൻ ഇന്നലെ എന്റെ വാട്സാപ്പിൽ വന്നിരുന്നു., എവിടുന്നോ നമ്പർ കിട്ടിയത്... അവൻ ഇപ്പൊ പോണ്ടിച്ചേരി പോലീസ് സർവീസിൽ ആണത്രേ.. കുറേ കാര്യങ്ങൾ പറഞ്ഞു... നമ്മുടെ കുറെ അക്കാദമിക് ഫോട്ടോകളും എനിക്ക് വിട്ടു തന്നു.. ഞാൻ നിനക്ക് അത് സെന്റ് ചെയ്തിട്ടുണ്ട്.. "

ഇതും പറഞ്ഞ് റിഷി ക്യാബിനിൽ നിന്നിറങ്ങി.

ആര്യൻ ഫോണെടുത്തു ആ ഫോട്ടോകൾ എല്ലാം മറിച്ചുനോക്കി.

അവന്റെ തോളത്ത് കയ്യിട്ട് നിൽക്കുന്ന മാഹ... അവന്റെ ആദ്യത്തെ പ്രണയം..... അന്നത്തെ അവന്റെ ഹൃദയം... മനോഹരമായ ആ നാളുകൾ.....

ഒരു ആറു വർഷം മെല്ലെ പിന്നോട്ട് തിരിഞ്ഞു.

ഒരു ക്യാമ്പസ് പശ്ചാത്തലം, ഒരു ക്ലാസ് മുറി, അവിടെ കുറേ വിദ്യാർത്ഥികൾ, കൂട്ടത്തിൽ പൊടിമീശക്കാരൻ ആര്യൻ.

എന്തോ ഒരു ആഘോഷ തിമിർപ്പിലാണ് ആ ക്ലാസ്സ് മുറി.

ഹാപ്പി ബർത്ഡേ ആര്യൻ എന്നെഴുതിയ ബോർഡ്. കേക്ക് മുറിക്ക് ശേഷം സമ്മാന കൈമാറ്റങ്ങൾ. അപ്പോഴും അവന്റെ കൂടെയുള്ള ഋഷിയുടെ വക സിൽക്ക് റിംഗ്...

മാഹയിലേക്ക് ആയിരുന്നു എല്ലാവരുടെയും കണ്ണുകൾ. അവളുടെ കാമുകന് എന്താണ് അവൾ സമ്മാനിക്കുന്നതെന്ന് അറിയാനുള്ള ജിജ്ഞാസയുടെ കൊടുമ്പിരി കൊള്ളൽ.

മാഹയുടെ കയ്യിൽ അവൻ 4 ദിവസം മുമ്പ് റോഡരികിൽ എറിഞ്ഞ് ആ മനോഹരമായ ഗിറ്റാർ.

" ഹാപ്പി ബർത്ത്ഡേ ആര്യൻ... '

" താങ്ക്യൂ മാഹ "

" ഐ ലവ് യു... "

ഇത് പറഞ്ഞ് നാണത്തോടെ ഉള്ള അവളുടെ പുഞ്ചിരി.

അവർ പ്രണയിച്ചു നടന്ന ആ ക്യാമ്പസ് ദിനങ്ങൾ ഒന്നൊന്നായി അവന്റെ ഓർമ്മകൾക്ക് മുന്നിൽ അരങ്ങേറി കൊണ്ടിരുന്നു.

ഒരു നിമിഷം അവൻ അതിൽ നിന്ന് പിൻവലിഞ്ഞു.

ഇപ്പോഴും ബാക്കിയാണ് ആ ചോദ്യങ്ങൾ.

എന്താണ് അവൻ ചെയ്ത തെറ്റ്?..

എന്തിനാണ് ഒരു കാരണവും നൽകാതെ അവനെ വിട്ട് അവൾ പോയത്,,?..

15

ആദ്യപ്രണയം ആദ്യനാളുകളിൽ

ആദ്യപ്രണയം ആദ്യനാളുകളിൽ

ആ ചോദ്യങ്ങൾ ഒരുപക്ഷേ പ്രീതിയുടെ വരവോടുകൂടി അപ്രസക്തമായേക്കാം.

എന്നാലും ആ പ്രണയത്തിന്റെ ആദ്യനാളുകളിൽ..........

" ഡി,, ആ ചെക്കനെ കണ്ടില്ലേ ചുള്ളൻ,,, മസിൽമാൻ..... ന്റെ പൊന്നോ.. ഉമ്മാ.. "

ബേക്ക് ബെഞ്ചിലെ സോനയുടെ പ്രസ്താവനയിൽ, തിരിഞ്ഞുകൊണ്ട് സൃഷ്ടിയുടെ മറുപടി.

" അത് മോഹിക്കേണ്ട മോളേ,, അത് മാഹയ്ക്ക് സെറ്റ്. . "

" ഉം... വളഞ്ഞത് തന്നെ, അവന് ഏതുനേരവും ഫോണിൽ, ഏതെങ്കിലും പുസ്തകത്തിൽ, അതുമല്ലെങ്കിൽ ഒരു ഗിറ്റാറും പിടിച്ച്....... ഉലക സുന്ദരി, വിഷ്വൽ ഡിപ്പാർട്ട്മെന്റിലെ മനീഷ നോക്കിയിട്ട് വീണില്ല,,, പിന്നെയാ മാഹ. "

സോനയുടെ തരംതാഴ്ത്തിയുള്ള അഭിപ്രായത്തിൽ സൃഷ്ടി മാഹയുടെ മുഖത്തേക്ക് നോക്കി.

ശേഷം മാഹ

സോനയോട്..

" നീ നോക്കിക്കോ,,, ഈ മാഹയുടെ പിന്നാലെ അവൻ വരും.. നീ കണ്ടോ സോനമോളെ "

തന്റെ കൂട്ടുകാരിയുടെ വീര വാദത്തിൽ സൃഷ്ടിക്കും അഭിമാനം.

' ആ കാണാം,, ' സോനയുടെ വെല്ലുവിളി ഏറ്റെടുപ്പ്.

ഇന്റർവൽ സമയം:

" എടീ അവൻ വീഴുമോ, അപ്പോഴത്തെ ഒരു ആവേശത്തിന് പറഞ്ഞുപോയതാ... '

' ഓ പിന്നെ, നിന്നെ കണ്ടാൽ ആരാ വീഴാത്തെ.. പിന്നെ അവന്റെ കാര്യം, അവനൊരു വിചാരവും വികാരവും ഇല്ലാത്ത ജീവിയാ,, നീ അത് അവനിൽ ഉണ്ടാക്കിയെടുക്ക്,... "

സൃഷ്ടിയുടെ അപാര മോട്ടിവേഷൻ.

ആര്യൻ ഒരു മിണ്ടാപൂച്ച യായിരുന്നു. അക്കാലത്ത് പ്രത്യേകിച്ച്. റിഷിയുമായി മാത്രമായിരുന്നു അടുപ്പം.

ഏതു നേരവും ഫോണിൽ, ചിലപ്പോൾ ഏതെങ്കിലും പുസ്തകത്തിൽ, അല്ലെങ്കിൽ റിഷിയോടപ്പം.

' പോ,,,,, പോ,. '

സൃഷ്ടി മാഹയെ തള്ളിവിട്ടു.

ക്യാമ്പസ് ഗാർഡൻ പാർക്കിൽ ഫോണിൽ നോക്കിയിരിക്കുകയാണ് ആര്യൻ, സ്വഭാവികമായും ഒറ്റയ്ക്ക്.

മാഹ പിന്നോട്ട് നോക്കിയപ്പോൾ ഗുൽമോഹർ മരത്തിനു പിന്നിൽ നിന്ന് ബെസ്റ്റ് ഓഫ് ലക്ക് സിംബൽ കാണിക്കുന്ന സൃഷ്ടി.

' ഹായ്,,, എന്റെ പേര് മാഹ, നമ്മൾ സെയിം ക്ലാസ്സിലാ... കണ്ടിട്ടില്ലേ? .. അതെങ്ങനെയാ,, ഫുൾടൈം ഒറ്റയ്ക്കിരുപ്പ് അല്ലേ? . ആര്യൻ എന്നാണ് പേര് അല്ലേ? . നല്ലവണ്ണം ഗിറ്റാർ വായിക്കും അല്ലേ?.. ഹലോ കേൾക്കുന്നില്ലേ....?.. "

" തനിക്ക് ഇപ്പോൾ എന്താ വേണ്ടത്?.. "

ഗൗരവത്തിൽ ആര്യൻ.

ഒറ്റ വാക്യത്തിൽ മാഹ പറഞ്ഞൊതുക്കി.

' എനിക്ക് ഇയാളെ ഇഷ്ടമാണ്... ഐ ലവ് യു."...

ആര്യൻ അവളുടെ മുഖത്തേക്ക് നോക്കി.

" കഴിഞ്ഞോ,,, കഴിഞ്ഞെങ്കിൽ എന്നെ ശല്യം ചെയ്യാതെ പോകാൻ നോക്ക്... "

മാഹയ്ക്ക് സത്യത്തിൽ ദേഷ്യം വന്നു.

അവൾ വിട്ടുകൊടുക്കാൻ തയ്യാറായിരുന്നില്ല, അവനെ കൊണ്ട് അവളെ പ്രേമിക്കുക എന്നത് അവളുടെ വാശിയായി. സോനയുടെ മുമ്പിൽ കാണിക്കാനല്ല, അവൾക്കുവേണ്ടി.

എന്നും രാവിലെ ആര്യന്റെ സീറ്റിൽ ഒരു റോസാപ്പൂ അവൾ കൊണ്ടുവയ്ക്കും...

ആരാണ് കൊണ്ടുവെച്ചതറിയാൻ, ചുറ്റും നോക്കുമ്പോൾ അവളൊരു ചിരി ചിരിക്കും....

ആദ്യമൊന്നും അവനത് ഗൗനിച്ചില്ല....

ദിവസങ്ങൾ കടന്നു പോകവേ..

ഒരു ദിവസത്തെ റോസാപ്പൂ അവൻ അവന്റെ ബാഗിലിട്ടു...

" എസ്.. ഇപ്പോൾ എങ്ങനെയുണ്ട് സൃഷ്ടി.. ഇതാണ് എന്റെ ആദ്യത്തെ ടേണിങ് പോയിന്റ്.., ഇനി ഇതിൽ ഞാൻ പിടിച്ചു കേറും ".

: അപാരം തന്നെ.. തന്റെ കൂട്ടുകാരിയുടെ പരിശ്രമത്തിൽ ശുഭസൂചന ഉണ്ടായതിൽ സൃഷ്ടിക്കും സന്തോഷമായി.

പിന്നീടുള്ള ദിവസങ്ങളിൽ,, അവൾ വെക്കുന്ന എല്ലാ റോസാപ്പൂവും അവൻ കൊണ്ടുപോകുമായിരുന്നു. എന്നിരുന്നാലും മാഹയുമായി മിണ്ടാൻ അവൻ കൂട്ടാക്കിയില്

ആര്യൻ ലൈബ്രറിയിൽ നിൽക്കുമ്പോൾ.

" ആര്യൻ... ഇന്ന് നമുക്കു വേണ്ടി ലഞ്ച് ഞാൻ ഓർഡർ ചെയ്തിട്ടുണ്ട്,, വരണം കേട്ടോ,, ഞാൻ കാത്തിരിക്കും,, ക്യാന്റീനിൽ.. ഞാൻ കാത്തിരിക്കും...ട്ടോ... വരണം... കേട്ടോ..... '..

"മാഹ... ഞാൻ വരില്ല... പറയുന്നത് കേൾക്ക്.... ഞാൻ വരില്ല... മാഹ.... വെയിറ്റ്.... '

അപ്പോഴേക്കും അവൾ ലൈബ്രറിയിൽ നിന്ന് ഇറങ്ങി കഴിഞ്ഞിരുന്നു...

അവൻ ലൈബ്രറിയിൽ പുസ്തകങ്ങൾ വായിച്ചങ്ങനെ ഇരുന്നു. സമയം പോയി കൊണ്ടിരിക്കുന്നു. ഏകദേശം 4 :10 ആയി.

കാത്തിരുന്നു മടുത്തപ്പോൾ ഭക്ഷണം കഴിച്ച് അവൾ പോയി കാണും എന്ന് അവൻ കരുതി.

പക്ഷേ കാന്റീനിൽ ഭക്ഷണം വിളമ്പിയ രണ്ട് പ്ലേറ്റുകൾ വെച്ച ആ ടേബിളിൽ അവൾ തളർന്നു ഉറങ്ങി കിടക്കുന്നു.

"മാഹ... മാഹ... എനീക്ക്...'

" അവസാനം നീ വന്നു ല്ലേ..?.. ഈ ഭക്ഷണം വേണ്ട. രണ്ടുമൂന്ന് മണിക്കൂറായി ടേബിളിൽ ഇങ്ങനെ കിടക്കുന്നു..."

വിരസതയോടെ അവനെ നോക്കി അവൾ പറഞ്ഞു.

ആര്യന് അവളിൽ സഹതാപം തോന്നി. പക്ഷേ അപ്പോഴും അവളെ പ്രണയിക്കാൻ ഉള്ള ഒരു അവസ്ഥയിലേക്ക് അവൻ എത്തിയിരുന്നില്ല.

....

" സൃഷ്ടി ഇത് കണ്ടോ..?.. ഇത് എന്റെ ഹൃദയമാണ്.. ഈ ബോക്സ് ഞാൻ ആര്യൻ കൊടുക്കും. ഇത് തുറക്കുമ്പോൾ അവൻ എനിക്ക് അവന്റെ ഹൃദയം തുറക്കും...'

" ഹൈവ.,, എന്താടി അതിൽ?.. "

" അത് പറയില്ല മോളെ..'

....

" ആര്യൻ ഈ ബോക്സ് ഒന്ന് തുറന്നു നോക്കണം..'

അവന്റെ നേരെ അത് നീട്ടിയിട്ട് മാഹ പറഞ്ഞു.

" എനിക്ക് വേണ്ട.., നീ വിചാരിക്കുന്ന പോലെ ഞാൻ നിന്നെ പ്രേമിക്കുന്നൊന്നുമില്ല. '

ഇതും പറഞ്ഞ് ആ ബോക്സിലേക്ക് ഒന്ന് നോക്കുകപോലും ചെയ്യാതെ അവൻ പോയി.

ആ ബോക്സ് അവനെ കൊണ്ട് തുറപ്പിച്ചിട്ടെ ഇനി മറ്റെന്തുമുള്ളു. മാഹ ശപഥം ചെയ്തു..

ക്ലാസ് ബോർഡിൽ.

- ആര്യൻ ഓപ്പൺ ദി ബോക്സ്.., ടേബിളില് ആ ബോക്സ്..

അവൻ അത് മൈൻഡ് പോലും ചെയ്തില്ല.

- ലൈബ്രറി ഹാളിൽ

ആര്യൻ ഓപ്പൺ ദി ബോക്സ്..

ആ ബോക്സ് എടുത്ത് അവൻ വേസ്റ്റ് ബാസ്കറ്റിൽ ഇട്ടു...

- അവന്റെ ബൈക്കിൽ ആ ബോക്സ്.,,

- എന്തിന് ബോയ്സ് ബാത്ത്റൂമിൽ വരെ അവൾ അതുകൊണ്ട് വെച്ചു

ആര്യൻ ഓപ്പൺ ദി ബോക്സ്...

അവിടുന്ന് എടുത്ത് അവനത് എറിഞ്ഞു .

" ആര്യൻ., പ്ലീസ് ഓപ്പൺ ദി ബോക്സ്,, എത്ര ദിവസങ്ങളായി ഞാൻ ഇത് നിന്റെ കണ്മുന്നിൽ വെക്കുന്നു, ,?.. എന്തു വാശി ആണിത്?.. "

അവന്റെ നേരെ നീട്ടിയ ആ ബോക്സ് അതിശക്തമായി പിടിച്ചുവാങ്ങി ദൂരോട്ട് എറിഞ്ഞു.

' നീയെന്താ കളിക്കുകയാണോ?... ഞാൻ നിന്റെ കൈയിലെ പാവ യല്ല... സൊ സ്റ്റോപ്പ് ഇറ്റ്.. നിനക്ക് പറഞ്ഞാൽ മനസ്സിലാകില്ലേ.?..

മാഹ ഞെട്ടിപ്പോയി.

അത് നോക്കി നിന്ന സോനയുടെയും കൂട്ടരുടെയും പരിഹാസച്ചിരി..

മാഹ അവന്റെ മുഖത്തേക്ക് ദയനീയമായി നോക്കി. അവളുടെ കണ്ണിൽ നിന്നും അശ്രു നിരകൾ താഴോട്ടു പതിച്ചു.

16

അസ്വഭാവികതയുടെ തലവേദന

അസ്വഭാവികതയുടെ തലവേദന

" ശരിയാ ഞാൻ കാരണം നിനക്ക് കുറേ ബുദ്ധിമുട്ടുണ്ടായി,,,, എന്നുവച്ച് ഞാൻ നിന്നെ എന്റെ കയ്യിലെ പാവയെപ്പോലെ....ചേ... ശരി ഇനി ഞാൻ നിന്റെ മുമ്പിൽ വരില്ല പോരേ?. .. ഗുഡ് ബൈ,,, ബെസ്റ്റ് വിഷസ് ഫോർ യുവർ ഫ്യൂച്ചർ...... "

മാഹയുടെ ഹൃദയഭേദകമായ മറുപടിക്ക് മുന്നിൽ ഒന്നും മിണ്ടാതെ നോക്കി നിൽക്കാനേ ആര്യന് കഴിഞ്ഞുള്ളൂ.

പിറ്റേദിവസം അവന്റെ സീറ്റിൽ റോസാപ്പൂ ഉണ്ടായിരുന്നില്ല. ചുറ്റും വെറുതെയൊന്ന് അവൻ പരതി നോക്കി.. അങ്ങനെയൊരു റോസാപ്പൂ അന്നവിടെ അവൾ വെച്ചിട്ടില്ലെന്ന് അവന് മനസ്സിലായി.

ഒരു പക്ഷേ ഇന്നലെത്തോടുകൂടി അവൾ, ആ ഒരു പ്രവർത്തിക്ക് വിരാമം കുറിച്ചിരിക്കാം.

നിജലിംഗം സാറ് ക്ലാസ്സ് എടുത്തു കൊണ്ടിരിക്കുമ്പോൾ അവൻ അവളെ ഒന്ന് എത്തിനോക്കി, കഴിഞ്ഞ ദിവസങ്ങൾ അത്രയും അങ്ങനെയുള്ള എത്തിനോക്കൽ അവളുടെ ഹോബിയായിരുന്നു

ഇന്ന് അവൾ സദാ മൗനത്തിലാണ്. പതിവ് പോലുള്ള ചിരി അവളുടെ മുഖത്തില്ല. വായാടിത്തം,,,, എല്ലാം അവളിൽ നിന്ന് എടുത്ത് മാറ്റി വെച്ച പോലെ.

ആര്യന്റെയുള്ളിൽ എന്തോ ഒരു നഷ്ടബോധം. ലൈബ്രറി ഹാളിൽ താൻ പുസ്തകം വായിച്ചിരിക്കുമ്പോൾ, വാതിൽക്കൽ വന്നുള്ള മാഹയുടെ ചിരി, ഗിറ്റാർ ക്ലാസിലേക്ക് പോകുമ്പോൾ പിന്നാലെയുള്ള അവളുടെ സർക്കീട്ട്, ബാസ്ക്കറ്റ് ബോൾ ഗ്യാലറിയിലെ അവനെ നോക്കിയുള്ള അവളുടെ ആർപ്പുവിളികൾ,,,,,,,,,,

എല്ലാത്തിനും ഇന്നത്തോടെ അവൾ അവസാനം കുറിച്ചിരിക്കുന്നു.

....

പഴയതങ്ങനെ ഓർമിച്ച് ബാൽക്കണിയിൽ ഇരിക്കുമ്പോഴാണ്, പ്രീതിയുടെ കോൾ വന്നത്.

- ആ ഹലോ,,, എന്തൊക്കെ,? . ഞാൻ അങ്ങോട്ട് വിളിക്കാനിരിക്കുകയായിരുന്നു

- ഹലോ... ഹാവ് എ ഗുഡ് ന്യൂസ്,

- എന്ത് ഗുഡ് ന്യൂസ്?.

- ഞാൻ എല്ലാം അവതരിപ്പിച്ചു കേട്ടോ,,, വീട്ടിൽ എല്ലാർക്കും സന്തോഷം.. ഞാൻ പറഞ്ഞില്ലേ?..

- അതിപ്പോ ഉറപ്പല്ലേ, ഇത്രയും സുന്ദരനായ ഒരു ചെറുപ്പക്കാരൻ നിന്റെ ഭർത്താവായി വരുന്നതിൽ അത് നിന്റെ ഭാഗ്യം എന്ന് അവർ കരുതി കാണും,,,,,

- അയ്യടാ,,, ഒരു ചുന്ദരൻ..

എന്റെ കൈ മിടുക്ക്, കാര്യപ്രാപ്തി, അവതരണ ശേഷി...

- ആ മതി മതി., അപ്പോ എന്നാണാവോ നിന്റെ മഞ്ഞ് പൂക്കുന്നിടത്തിന്ന് ഇങ്ങോട്ട് എഴുന്നള്ളിപ്പ്? നീ വന്നിട്ട് വേണ്ടേ,, നമുക്കൊരുമിച്ച് അങ്ങോട്ട് പോകാൻ,,,,

- ആ വലിയ കാര്യമായി,,,,,

ഞാൻ നാളെ ഉച്ചയ്ക്ക് രണ്ട് മണിയോടെ റെയിൽവേ സ്റ്റേഷനിൽ എത്തും,, പിക്ക് ചെയ്യാൻ വരണം,,,, ആ പിന്നേയ്,,, ഹാസീബിന്റെ കാറില്...

- അപ്പോ നാളെ ലീവ് എടുക്കണം അല്ലേ കുട്ടാ,,,?..

- ഒലക്ക,,,,. ഹാഫ് വർക്ക് കഴിഞ്ഞിട്ട് മതി മോനെ, ഇനി അതിന്റെ പേരിൽ ഫുൾ ഡേ ലീവ് എടുക്കേണ്ട...

-മ്മ്... അതിനെന്തിനാ ഹാസീബിന്റെ കാറ്?. നിന്റെ മഞ്ഞ് പൂക്കുന്നിടത്തിന്ന് ഈ പ്രതിശ്രുത വരൻ എന്തെങ്കിലും സമ്മാനങ്ങൾ

കൊടുത്തയച്ചിട്ടുണ്ടോ?..

- അയ്യോ എന്തൊരു തമാശ,, അതൊന്നുമല്ല,,, ഉച്ചസമയമാ...
വെയില്,, ഹോ സഹിക്കാൻ കഴിയില്ല,, അതാ കാർ എടുക്കാൻ
പറഞ്ഞെ ..

- അങ്ങനെ ഇപ്പോ എന്റെ കൂട്ടുകാരന്റെ കാറിൽ എസി ഒക്കെ
കൊണ്ട് സുഖിച്ചു വരേണ്ട,, ഞാൻ ബൈക്കും കൊണ്ടേ വരുള്ളൂ,,,

-ന്നാ പിന്നെ, അതും കൊണ്ടുവന്ന റെയിൽവേ സ്റ്റേഷൻ കണ്ടു
തിരിച്ചു പൊയ്ക്കോ.. ഞാൻ ടാക്സിയിൽ വന്നോളാം,.

- ആ എന്നാ പിന്നെ അങ്ങനെ ചെയ്തോ,,,

- ഞാൻ കോൾ വെക്കുകയാണ് ബൈ...

- പ്രീതി വെക്കല്ലേ ഞാൻ വെറുതെ പറഞ്ഞതാ, മോളേ,,,,
അപ്പോഴേക്കും വെച്ചോ? ..

വെറുതെ അവളെ ദേഷ്യം പിടിപ്പിച്ചതിൽ അവന്ക്ക് സന്തോഷം
തോന്നി. നമ്മളോട് അത്ര ഇഷ്ടം ഉള്ളയാളെ വെറുതെയൊന്ന് ദേഷ്യം
പിടിപ്പിക്കുക എന്നത് ഒരു പ്രത്യേക അവസ്ഥ നമുക്ക് സമ്മാനിക്കും,
അവർ നമ്മോട് കൂടുതൽ ഒട്ടി ചേരുന്നതെന്നപോലെ.

പിറ്റേന്ന് കമ്പനിയിൽ നിന്ന്, ഹാഫ് ഡേ വർക്ക് കഴിഞ്ഞ് ആര്യൻ
ഹസീബിന്റെ കാറുമായി റെയിൽവേ സ്റ്റേഷനിലേക്ക് പോയി.

കമ്പനിയിലെ തന്റെ കാര്യങ്ങളെല്ലാം, ഋഷി നോക്കിക്കോളും.
ആര്യൻ ഉണ്ടാവുമ്പോൾ തന്നെ എല്ലാം അവനു വേണ്ടി ചെയ്യുന്നത്
ഋഷിയാണ് പിന്നെ അവൻ ഇല്ലാത്തപ്പോൾ എന്നൊരു ചോദ്യത്തിന്
പ്രസക്തിയില്ല.

അല്പ്പ താമസിച്ചാണ് അവൻ റെയിൽവേ സ്റ്റേഷനിൽ എത്തിയത്.
മനപ്പൂർവ്വം ആയിരുന്നു അത്. ട്രെയിനുകൾ അത്രകണ്ട് കൃത്യനിഷ്ഠ
കാർ ഒന്നുമല്ല എന്ന കാര്യത്തിൽ തർക്കം ഒന്നുമില്ലല്ലോ.

അത്തരമൊരു പൊതു ചിന്തയിൽ ആ ട്രെയിനും സമയം വൈകി
വരുമെന്ന് ധാരണയായിരുന്നു ആര്യന്. അതുകൊണ്ടാണ് അവൻ
മനപൂർവ്വം വൈകിയത്.

അവൻ അവിടെ എത്തിയപ്പോഴേക്കും ആ ട്രെയിൻ സന്നിധനായി
കഴിഞ്ഞിരുന്നു. അസാധാരണമായി സംഭവിച്ചതിൽ അവന് അത്ഭുതം
തോന്നി.

ഒന്ന് രണ്ട് പെട്ടികൾ പിടിച്ച് പ്രീതി അവനെ കാത്തുനിൽക്കുന്നുണ്ടായിരുന്നു.

" ഓ സോറി സോറി ഞാൻ അല്പം വൈകിപ്പോയി... "

മ്മ്... മ്മ്.. അസംതൃപ്തി യിൽ പ്രീതി മൂളി.

" പോയപ്പോൾ ഒരു പെട്ടി ഉള്ളായിരുന്നല്ലോ ഇപ്പോൾ രണ്ട്. എന്റെ അമ്മായി അമ്മ എന്തെങ്കിലും കൊടുത്തയച്ചോ എനിക്ക്"

അങ്ങനെ ചോദിച്ചു കൊണ്ട് ആ രണ്ട് പെട്ടികൾ അവളുടെ കൈയിൽ നിന്നും വാങ്ങി ഡിക്കിയിൽ വെച്ചു....

ഹോ പിന്നെ,,, എന്ന ഭാവത്തിൽ അവനെ നോക്കിയതിനു ശേഷം അവൾ ഫ്രണ്ട് സീറ്റിൽ പോയിരുന്നു..

" ഹലോ ആര്യൻ വരുന്നില്ലേ...,. എന്താ?....

അവൾ വിൻഡോയിലൂടെ തലയിട്ട് പിറകിൽ നിൽക്കുന്ന ആര്യനെ വിളിച്ചു.

അവൻ പരിഭ്രമത്തിൽ വന്ന് ഡ്രൈവിംഗ് സീറ്റിൽ ഇരുന്നു...

കാർ മുന്നോട്ടു പോകുന്തോറും പ്രീതി കുറെ നാട്ടുവിശേഷങ്ങൾ പറയുകയായിരുന്നു...

ആര്യന് അതൊന്നും ശ്രദ്ധിക്കാതെ ഡ്രൈവ് ചെയ്തു കൊണ്ടിരുന്നു.

കോംബോയിൽ എത്തുമ്പോൾ, തല വേദനിക്കുന്നുണ്ട് എന്ന് പറഞ്ഞ് അവൻ അവന്റെ മുറിയിലേക്ക് കയറിപ്പോയി..

പ്രീതിക്ക് എന്തോ ഒരു ചെറിയ വല്ലായ്മ. അവൻ ഇതെന്തുപറ്റി?...

കുറേ കാര്യങ്ങൾ പറയണമെന്നുണ്ടായിരുന്നു അവൾക്ക്...

വൈകുന്നേരമായിട്ടും അവൻ മുറി തുറന്നില്ല..

അവൾ വാതിൽ തട്ടി അകത്തു ചെന്നു. അവന് കട്ടിലിൽ ഇരിക്കുകയായിരുന്നു..

" ആര്യൻ എന്തുപറ്റി?.. പതിവില്ലാതെ,,,, പനിക്കുന്നുണ്ടോ?... "

" ഓ നത്തിങ്,,, അയാം ഓക്കേ.. '..

എന്നിരുന്നാലും പതിവില്ലാത്ത ഒരു സമ്മർദ്ദ തിരമാലകൾ അവന്റെ മുഖത്ത് ആനടിക്കുന്നെണ്ടെന്ന് അവൾക്കു തോന്നി.

" ആര്യൻ ടെൽ മി വാട്ട് ഹാപ്പെൻഡ്,,,?.... "..

17

വീണ്ടുമൊരു കണ്ടുമുട്ടൽ

വീണ്ടുമൊരു കണ്ടുമുട്ടൽ

" ആര്യൻ ടെൽ മി വാട്ട് ഹാപ്പെൻഡ്?.. '

" നത്തിങ് പ്രീതി,,, താനിങ്ങനെ സിഐഡി കളെപ്പോലെ, വന്നേ വാ,,, ഭക്ഷണം റെഡിയായോ?.. വാ അത് പോയി എടുത്തു വെക്ക്.....'

" ഇപ്പോൾ തലവേദന കുറവുണ്ടോ?. "

" ഇപ്പോൾ തലവേദന ഒന്നുമില്ല നീ പോയി ഭക്ഷണം എടുത്തു വയ്ക്ക്".

അവർ ഇരുവരും ഭക്ഷണം കഴിച്ചു. ആ സമയത്തും ആര്യന്റെ ഭാഗത്ത് നിന്നുണ്ടാകുന്ന ഭാവങ്ങളിൽ എന്തൊക്കെയോ ചില ഒളിച്ചു വെക്കൽ ഉള്ളതായി പ്രീതി സംശയിച്ചു.

" പ്രീതി എനിക്കൊന്നു ഋഷിയെ കാണണം, ചെറിയ ഒരു കമ്പനി വർക്ക് ഉണ്ട്... "

" ഈ നേരത്തോ?.. '

" എസ്, ഇപ്പോഴാണ് യശ്പാൽ സാർ വിളിച്ചത്, അർജന്റ് കേസാ അതാ."

" ഒക്കെ ഒക്കെ പോയിട്ട് വാ... '...

ആര്യൻ കോംബോയിൽ നിന്ന് ഇറങ്ങി കഴിഞ്ഞതിനുശേഷം പ്രീതി ഋഷിയെ വിളിച്ചുനോക്കി.

" ആ ഹലോ ഋഷി,,, "

" ആ പ്രീതിയോ എന്താ ഈ നേരത്ത്?... "

" ഓ നത്തിങ്,,, എന്തോ അർജന്റ് വർക്ക് ഉണ്ടെന്ന് പറഞ്ഞ് ,ഇപ്പോൾ ആര്യൻ അങ്ങോട്ട് പോന്നു.... "..

" ആർ യു ജോക്കിങ്. ?.. ഈ ഒരു മണി നേരത്തോ?.. ഐ ഡോണ്ട് നോ... "

"ബട്ട്.. യശ്പാൽ സാർ വിളിച്ചു പറഞ്ഞതാണ് എന്നോട് അങ്ങനെയാ പറഞ്ഞെ ..."

" ആണോ? എന്തായാലും എനിക്ക് അറിയില്ല അവൻ ഇങ്ങോട്ട് വരട്ടെ... "

' ഓക്കെ ഓക്കെ ഞാൻ വെറുതെ ചോദിക്കാൻ വേണ്ടി വിളിച്ചതാ ശരി എന്നാൽ ബൈ ടേക്ക് കെയർ,, "

" ഓക്കേ ബൈ.. ".

ചിന്തകളുടെ കൂമ്പാരം കൊണ്ടാണ് ആര്യൻ ബൈക്ക് ഓടിച്ചു കൊണ്ടിരിക്കുന്നത്. ആ ഒരു നിമിഷത്തെ അവൻ വെറുത്തു കൊണ്ടിരിക്കുന്നു. അതേ തിളക്കം, അന്നുള്ള പ്രസന്നത ഇന്നും, എന്നിരുന്നാലും എന്തൊക്കെയോ ചില കുറ്റബോധത്തിന്റെ ചവർപ്പ് കാർന്നുതിന്നുന്നതിന്റെ ലക്ഷണങ്ങൾ ആ മുഖത്ത് ഉണ്ടായിരുന്നു.

" നീയെന്താ ഈ തമാശ പറയാൻ ആണോ നട്ടപ്പാതിരക്ക് ഇവിടെ വന്നത്,,,ശ്ശോ എന്റെ ഉറക്കം കളഞ്ഞു.."

" ലുക്ക് ള്ഷി.. എന്റെ മുഖത്തോട്ട് നോക്കൂ.. അയാം സീരിയസ്,, ഞാൻ കണ്ടത് അവളെ തന്നെയാണ്, അന്നത്തെ അതേ മാഹ. ഒരു നിമിഷം ഞങ്ങൾ രണ്ടുപേരും അത്ഭുതപ്പെട്ടു നോക്കി നിന്നു..., "..

" കൂൾ ആര്യൻ കൂൾ.. ആർ യു ഷുവർ? നീ കണ്ടത് അവളെ തന്നെയാണോ...?. "

" എസ് ള്ഷി, റെയിൽവേ സ്റ്റേഷനിൽ വെച്ച് പ്രീതിയുടെ പെട്ടികൾ ഡിക്കിയിൽ വെക്കുന്ന നേരത്ത് എന്റെ തൊട്ടപ്പുറത്ത് അവളുണ്ടായിരുന്നു".

" എന്നിട്ട് പ്രീതി അവളെ കണ്ടോ?.. "..

" നെവർ പ്രീതി കണ്ടില്ല,,, ഞാനൊന്നും പറഞ്ഞതുമില്ല,,, "

" ഓ പ്രീതി അല്പ മുമ്പ് എന്നെ വിളിച്ചിരുന്നു, നീ ഇങ്ങോട്ട് പോരുന്നുണ്ടെന്ന് പറഞ്ഞ്.. പിന്നെ എന്തോ ഒരു അർജന്റ് വർക്ക് ചെയ്യാൻ ഉണ്ടോ എന്ന് ചോദിച്ചു... വാസ്തവത്തിൽ എനിക്ക് ഈ കാര്യം അറിയാത്തതുകൊണ്ട് ഞാൻ അങ്ങനെ ഒരു വർക്കിനെ പറ്റി

അറിയില്ലെന്നാണ് പറഞ്ഞത്... "

" അത് സാരമില്ല, എന്തായാലും അവൾക്ക് എന്തൊക്കെയോ സംശയം തോന്നിത്തുടങ്ങിയിട്ടുണ്ട്, പിന്നെ മാഹയെ കണ്ട കാര്യം ഒന്നും അവളിപ്പോൾ അറിയേണ്ട., "..

"ഒക്കെ ഒക്കെ.. നൗ യു ആർ ഒക്കെ?.. "

" എസ് ഐ ആം ഫൈൻ.'

തിരിച്ച് കോംബോയിൽ എത്തിയപ്പോൾ, ആ പുലർച്ച നേരത്തും സോഫാ സെറ്റിയിലവൾ ഇരിക്കുന്നുണ്ടായിരുന്നു.

" താനെന്താ ഇതുവരെ കിടന്നില്ലേ?.. "

" ഇല്ല"

" അതെന്തേ?.. "

" ഒന്നുമില്ല എന്നിട്ട് വർക്കൊക്കെ കഴിഞ്ഞോ?. "

ആ ഒരു ചോദ്യത്തിന് മുൻപിൽ അവളുടെ കണ്ണിലേക്ക് നോക്കാതെയാണ് അവൻ ഉത്തരം പറഞ്ഞത്.

" ആ കഴിഞ്ഞു, താൻ പോയി കിടക്കാൻ നോക്ക്, എനിക്ക് ഉറക്കം വരുന്നു. '

ഇതും പറഞ്ഞ് അവൻ മുറിയിലേക്ക് കയറി കതകടച്ചു.

*

രാവിലെ വർക്കിംഗ് സമയത്തും ആര്യൻ അസ്വസ്ഥനായിരുന്നു. വീണ്ടുമൊരു കണ്ടുമുട്ടൽ അവൻ പ്രതീക്ഷിച്ചിരുന്നു, പക്ഷേ ഈ ഒരു സാഹചര്യത്തിൽ ആകും എന്ന് കരുതിയില്ല.

ഫോണിലുള്ള അവരുടെ അക്കാദമിക് ഫോട്ടോകൾ, ഒന്നൊന്നായി അവൻ ഡിലീറ്റ് ചെയ്തു. വീണ്ടും വീണ്ടും അത് കാണുമ്പോൾ ഉണ്ടാകുന്ന കുത്തിനോവൽ ഇല്ലാതാകട്ടെ എന്ന് കരുതിയാണ് അങ്ങനെ ചെയ്തത്.

പ്രീതിയും ഓഫീസ് മുറിയിൽ സംശയങ്ങളുടെയും ചോദ്യങ്ങളുടെയും കൊടുമുടികടിയിൽ കിടന്ന് തപ്പിതടയുകയായിരുന്നു.

ആര്യന്റെ കാര്യത്തിൽ ഒന്നും ഉറപ്പിക്കാൻ ഇപ്പോഴും അവൾക്കു കഴിയില്ല. ചിലപ്പോൾ അതീവ സന്തോഷവാൻ, മറ്റുചിലപ്പോൾ മൂകനും അങ്ങനെ തുടങ്ങി കൂട്ടികിഴിക്കലിന് അപ്പുറത്താണ് അവന്റെ വ്യക്തിത്വം.

എന്നാലും അതൊരു നീണ്ട പോക്കല്ല. ആര്യന് എത്രയും പെട്ടെന്ന് തന്റെ പഴയ ആര്യനിലേക്ക് എത്തുമെന്ന് പ്രീതിക്ക് ഉറപ്പുണ്ടായിരുന്നു.

**

" ആര്യൻ, താങ്കളെ കാണാൻ ഒരു ഗസ്റ്റ് വന്നിട്ടുണ്ട്., "

" ഓക്കേ ജൂഹി ഞാനിതാ വരുന്നു,,, "

വാശ്ബേസിൽ നിന്നും മുഖം ഒക്കെ കഴുകി ഒന്ന് ഫ്രഷായി ആര്യൻ ഗസ്റ്റ് റൂമിലേക്ക് ചെന്നു...

അക്ഷരാർത്ഥത്തിൽ അവൻ ഞെട്ടിപ്പോയി. അവന്റെ തൊണ്ട വരണ്ടു, ചലനമറ്റ അൽപനേരം അവൻ അങ്ങനെ നിന്നു പോയി.

അവനെ തേടിയെത്തിയിരിക്കുന്നാ അതിഥി... മാഹയായിരുന്നു.

അവനെ കണ്ടതും മാഹ എഴുന്നേറ്റു. അവളുടെ പഴയ ആര്യന്റെ കണ്ണിലേക്ക് അവളൊന്ന് ആഴ്ന്നിറങ്ങി.

തങ്ങളുടെ പ്രണയത്തിൻ നാളുകൾ എല്ലാം ഇന്നലെ കഴിഞ്ഞെന്ന് പോലുള്ള അനുഭൂതി,,,,,,,,,

" വീണ്ടും ഒന്ന് കാണാൻ ആകും എന്ന് കരുതിയില്ല അല്ലേ,,,?.. "

അവൾ ചോദിച്ചു.

18

പഴയ കാമുകനെ തേടി

പഴയ കാമുകനെ തേടി

" പ്രതീക്ഷിച്ചിരുന്നു,,, പക്ഷേ ഇപ്പോൾ ഉണ്ടാകുമെന്ന് കരുതിയില്ല"

" എന്നിട്ട് എന്തൊക്കെ സുഖമാണോ,,?. ഈ കമ്പനിയിൽ ആണല്ലേ ജോലി?.. "

" സുഖമായിരിക്കുന്നു.. ആ ഇവിടെയാണ് ജോബ്. പിന്നെ നിനക്ക് സുഖമല്ലേ?..

എന്തൊക്കെ വിവാഹമൊക്കെ..?.. "

മുറിഞ്ഞ വാക്കുകൾ കൊണ്ട് ആര്യൻ ചോദിച്ചു.

മാഹ അവന്റെ കണ്ണിലേക്ക് തീക്ഷ്ണമായി നോക്കി.

" നീയെന്നെ അപ്പോൾ ശരിക്കും മനസ്സിലാക്കിയില്ല അല്ലേ?... എന്റെ വിവാഹം ഒന്നും കഴിഞ്ഞിട്ടില്ല... കഴിഞ്ഞ ആറു വർഷങ്ങൾ,,,,,,,.........."

ആര്യൻ അത്ഭുതപ്പെട്ടു. അവന്റെ ധാരണകൾ എല്ലാം തെറ്റായിരുന്നു. അവൻ കരുതിയത് അവൾ ഇപ്പോൾ ഒരു സുസ്ഥിര കുടുംബം ഒക്കെയായി........,

" ആര്യൻ എനിക്ക് നിന്നെ വേണം എന്റെ പഴയ ആര്യനെ.. "

മാഹ ആര്യന്റെ കൈകൾ ചേർത്തുപിടിച്ചു. ഒരു നിമിഷം അവൻ ഒന്ന് അമ്പരന്നു...

അവൻ ആ കൈ നിരസിച്ചു.

"മാഹ, പഴയതൊക്കെ ഞാൻ മറക്കുകയാണ്, ഇനി ഒരു,,,,,, എനിക്ക് കഴിയില്ല.."

അവന്റെ ഈ വാക്കുകളിൽ, മാഹ ദയനിയായി. .

" അപ്പോ നിനക്ക്,,,, നീ എന്നെ ഇഷ്ടപ്പെട്ടിരുന്നില്ല?.. പറ.... നമ്മൾ ഒരുമിച്ച് പ്രണയിച്ച് നടന്നിരുന്നില്ലേ?... അതോ വേറെ ഒരു പെണ്ണ്, ഇല്ല എന്റെ ആര്യനെ എനിക്കറിയാം, നിനക്ക് അതിന് കഴിയില്ല,,,, നിനക്ക് അതിന് കഴിയില്ല".

കഴിയും

ഇതും പറഞ്ഞാണ് റിഷി അങ്ങോട്ട് കടന്നു ചെന്നത്.

" ഓ ഋഷി.. നീയും ഉണ്ടായിരുന്നോ?.. എന്താ നീ പറഞ്ഞത്, ആര്യന് വേറെ പെണ്ണ് ഉണ്ടെന്നോ?.. ഇംപോസിബിൾ,,,, അവൻ എത്ര വേദന ഈ ആറു വർഷം,,, അനുഭവിച്ചന്നോ.. എനിക്കറിയാം,,,, അതിലേറെ വേദന ഞാനും അനുഭവിച്ചു..."

ഒരു നിമിഷം ഈ ഭൂമി ഒന്ന് ഇടിഞ്ഞു താഴോട്ട് പോയിരുന്നെങ്കിൽ എന്ന് ആര്യൻ ആഗ്രഹിച്ചു. ഒരു പക്ഷേ പ്രീതി എന്നൊരാൾ തന്റെ ജീവിതത്തിലേക്ക് കടന്നു വന്നിട്ടില്ലയിരുന്നുവെങ്കിൽ, അണു നിമിഷം തെറ്റാതെ അവൻ മാഹയെ സ്വീകരിക്കുമായിരുന്നു. കാരണം അത്രത്തോളം അവൻ അവളിൽ അലിഞ്ഞു ചേർന്നിട്ടുണ്ട്. ഇക്കഴിഞ്ഞ ആറുവർഷം അത്രയും മാഹയുടെ ഇങ്ങനെയുള്ള വാക്കുകൾ കൊണ്ട് ധന്യമാക്കുന്ന അസുലഭ നിമിഷത്തിനായി അവൻ ആഗ്രഹിച്ചിരുന്നു, പ്രാർത്ഥിച്ചിരുന്നു.

ഋഷി, മാഹയെ കാര്യങ്ങളെല്ലാം ബോധ്യപ്പെടുത്തി. ആര്യന്റെ ജീവിതത്തിലേക്ക് പ്രീതിയുടെ വരവും, ആര്യന്റെയും, പ്രീതി യുടെയും പ്രണയം മാഹയ്ക്ക് അവിശ്വസനീയമായി തോന്നി.

"സൊ... ഇനി നീ അവന്റെ ജീവിതത്തിലേക്ക് കടന്നു വരരുത്..."

"യെസ് ഋഷി .. ഐ അണ്ടർ സ്റ്റാൻഡ്, എനിക്ക് വിഷമമില്ല ആര്യൻ... നിന്നെ ഞാൻ എപ്പോഴും സ്നേഹിക്കുന്നു..... ശരി ഇനി ഞാൻ നിന്റെ ജീവിതത്തിലേക്ക് കടന്നു വരണം എന്ന് ആഗ്രഹിക്കുന്നില്ല... എനിക്ക് വിഷമം ഒന്നുമില്ല... നിനക്കും പ്രീതിക്കും നല്ലതു വരട്ടെ.."

ഹൃദയം മുറിഞ്ഞു കൊണ്ടാണ്, മാഹ ഇങ്ങനെ പറഞ്ഞ അവസാനിപ്പിച്ചത്.

ഈയൊരു നിമിഷത്തെ ആര്യൻ ശപിച്ചു കൊണ്ടിരുന്നു.

മാഹയുടെ പ്രസന്നത തുളുമ്പുന്ന മുഖത്തിലെ കവിളിന്റെ തടത്തിലൂടെ ആ പ്രസന്നതയെ കീറിമുറിക്കുന്ന തരത്തിൽ കണ്ണുനീർ ചാൽ ഒഴുകി.

ആര്യന്, സ്തംഭിച്ചങ്ങനെ നിൽക്കാനേ കഴിഞ്ഞുള്ളൂ. അവന്റെ കണ്ണിൽനിന്നും ജലകണങ്ങൾ താഴോട്ട് പതിച്ചു.

എല്ലാം നഷ്ടപ്പെട്ട ഒരു അഭയാർത്ഥിയെ പോലെയാണ് മാഹ കമ്പനിയിൽ നിന്നിറങ്ങി പോയത്.

പക്ഷേ അവൾക്ക് മനക്കരുത്ത് ഉണ്ട്. ആര്യനെ മറ്റൊരാൾക്ക് വിട്ടുകൊടുക്കാൻ അവൾ തയ്യാറാകുമോ എന്തോ...?...

അന്ന് തിരിച്ച് ആര്യന് കോംബോയിൽ എത്തിയപ്പോൾ പ്രീതി അടുക്കളയിൽ എന്തോ ഒരു പരീക്ഷണത്തിൽ ആയിരുന്നു

" ആ ആര്യൻ വന്നോ?.. എളുപ്പം പോയി കുളിക്ക്. ഇന്ന് ഒരു സ്പെഷ്യൽ ഐറ്റം ഉണ്ടാക്കിയിട്ടുണ്ട്... കമോൺ മാൻ ഫാസ്റ്റ്,... "

ആര്യൻ നിസ്സഹായനായി അവളെ കെട്ടിപ്പിടിച്ചു.

പ്രീതി അമ്പരന്നു

അവൻ കരയുന്നു.

" എന്തുപറ്റി ആര്യൻ പറ...?.. "

" അവൾ വന്നിരുന്നു'

" ആര്"

"മാഹ"

മാഹയെന്ന വാക്ക് ഈയൊരു സന്ദർഭത്തിൽ കേട്ടപ്പോൾ പ്രീതി അല്പം വ്യഗ്രതയിലായി.

" എന്നിട്ട്.. "

ആര്യന് എല്ലാം പറഞ്ഞു.

പ്രീതിയുടെ ഭാവം എന്തോ പോലെ...

".. അച്ഛൻ വിളിച്ചിരുന്നു.. (അവളുടെ വാക്കുകൾ മുറിഞ്ഞു) ഈ വരുന്ന വെള്ളിയാഴ്ചയാ നിന്നെയും കൂട്ടി ചെല്ലാൻ പറഞ്ഞു..., ഇനി....., ഞാൻ എന്താ പറയേണ്ടത്.,?... "

" ഇല്ല പ്രീതി... നിന്നെ.,,,, നിന്നെ വിട്ട് ഞാൻ പോകില്ല,,,, "

അവർ വീണ്ടും കെട്ടിപ്പിടിച്ചു. പ്രീതിക്ക് ഇപ്പോൾ ചെറിയ ആശ്വാസം തോന്നുന്നു.

രണ്ട് മൂന്ന് ദിവസം അങ്ങനെ കടന്നുപോയി, മാഹയെന്ന വ്യക്തി തന്റെ ജീവിതത്തിൽ നിന്നും മാഞ്ഞു പോയതായി ആര്യൻ വിശ്വസിച്ചു.

ഒരു ദിവസം.

ആര്യന്റെ റിംഗ് ട്യൂൺ ആ പഴയ ഹിന്ദി ഗാനം തന്നെ.

" ഹലോ"

" ഹലോ.,,,,,, ഞാൻ... ഞാൻ മാഹയാണ്... "

അങ്ങനെ കേട്ടതും കോൾ കട്ട് ചെയ്യാൻ അവന് തോന്നി..

" ഹലോ ആര്യൻ. എനിക്ക് അവസാനമായി നിന്നോട് ഒന്ന് സംസാരിക്കണം... പ്ലീസ്,,, എന്റെ ഒരേ ഒരു ആവശ്യം... പ്ലീസ് "

" ഓക്കേ എവിടെ വെച്ച്? "

" ഹോട്ടൽ ഭാട്ട്സിൽ വച്ച്. ഇന്ന് വൈകിട്ട് 7 മണിക്ക്, വരാതിരിക്കരുത് ഞാൻ കാത്തിരിക്കും......, "

" ഓക്കേ ഞാൻ വരാം'

അവളുടെ ആവശ്യം തള്ളിക്കളയാൻ അവൻ മനസ്സ് വന്നില്ല. അവളുടെ അവസാനത്തെ അഭ്യർത്ഥനയാണത്... ഒരിക്കൽ പോലും അവളെ വെറുക്കാൻ ആവുന്നില്ല. ഒന്ന് പോയി കാണണം. കഴിഞ്ഞതിന് എല്ലാം ക്ഷമ ചോദിക്കണം...,

പക്ഷേ പ്രീതി ഒന്നും അറിയേണ്ട. അവൾക്ക് വാക്ക് കൊടുത്തു പോയി, മാഹയുമായി........

ഗിറ്റാർ റോയൽസ് ക്ലബ്ബിലേക്ക് പോവുകയാണ് എന്ന് പറഞ്ഞാണ് ആര്യൻ കോംബോയിൽ നിന്നിറങ്ങിയത്. പിന്നാലെ ആര്യനെ തിരക്കി ഋഷിയുടെ കോൾ പ്രീതിക്ക് വന്നു. ഗിറ്റാർ റോയൽ ക്ലബ് മീറ്റ് അപ്പ് ഇന്ന് ഇല്ല എന്ന് ഋഷി പറഞ്ഞപ്പോൾ പ്രീതിക്ക് സംശയമായി...

എന്തുകൊണ്ട് പിന്നെ അവൻ അവളോട് കള്ളം പറഞ്ഞു...

പ്രീതി സിത്തുവിനെ വിളിച്ച് അവളുടെ സ്കൂട്ടറിൽ ആര്യന്റെ ബൈക്കിനെ ലക്ഷ്യമാക്കി പിന്തുടർന്നു....

19

തെറ്റിദ്ധാരണയുടെ ദുരന്തം

തെറ്റിദ്ധാരണയുടെ ദുരന്തം

നേരത്തെ പറഞ്ഞു വെച്ചത് പോലെ മാഹ ആര്യനെ കാത്തു അവിടെ നിൽക്കുന്നുണ്ടായിരുന്നു.

" വരൂ ആര്യൻ ഇരിക്കൂ... "

ആര്യൻ അവളുടെ അഭിമുഖമായി ഇരുന്നു.

അല്പനേരം ഇരുവരും ഒന്നും മിണ്ടാതെ.....

"മാഹ പറയൂ എന്താ കാണണം എന്ന് പറഞ്ഞത്?. "

ചില മുഖവുരയോടെ അവൾ തുടങ്ങി.

" ആര്യൻ, നീ എന്നെ വെറുക്കുന്നുണ്ടോ? എനിക്ക് നിന്നെ ഇപ്പോഴും ഇഷ്ടമാണ്,, ഇപ്പോൾ എന്നല്ല എപ്പോഴും ഇഷ്ടമായിരുന്നു... എന്നെ വിട്ട് പോകരുത് പ്ലീസ്..."

ഇങ്ങനെയുള്ള വാക്കുകൾ ആര്യനിൽ അതൃപ്തിയുടെ തിരമാലകൾ സൃഷ്ടിച്ചു. ഒരു ഗുഡ്ബൈ ആണ് അവൻ പ്രതീക്ഷിച്ചിരുന്നത്. ഇവൾ വീണ്ടും ആ ആവശ്യമാണ് മുന്നോട്ട് വെക്കുന്നത്.

" മാഹ പ്ലീസ്....... എനിക്ക്.. നിന്റെ യാ പഴയ ആര്യൻ ആവാൻ കഴിയും എന്ന് തോന്നുന്നില്ല "..

" എന്നാലും.... നീയെത്ര മാറിയിരിക്കുന്നു, ഇക്കഴിഞ്ഞ ആറു വർഷവും ഞാൻ എത്ര വേദന അനുഭവിച്ചെന്നോ?.. നിന്റെ വിചാരം ഞാൻ നിന്നെ,...... എന്റെ തെറ്റാണ്,, എല്ലാം.... (ഒരു

ദീർഘനിശ്വാസത്തോടെ) എനിക്ക് ഇപ്പോഴും ഒന്നിൽ മാത്രമേ വിശ്വാസമുള്ളൂ.. മരണത്തിൽ മാത്രം.. "

"മാഹ അങ്ങനെയൊന്നും പറയാതെ.. "

അവൾ പൊട്ടിക്കരഞ്ഞു പോയി.

ആര്യൻ എണീച്ചു. അവളിലേക്ക് അടുത്തുവന്നു. അവളുടെ കണ്ണുകൾ തുടച്ചു. മാഹയുടെ ആവശ്യത്തെ നിരാകരിച്ചെങ്കിലും, അവൾ എന്ന വ്യക്തിയെ തിരസ്കരിക്കാൻ അവന് ആകുമായിരുന്നില്ല.

തന്റെയടുത്ത് നിൽക്കുന്ന ആര്യന്റെ ശരീരത്തിലേക്ക്, അവൾ തലചായ്ച്ചു. തന്നെ കെട്ടിപ്പിടിച്ചിരിക്കുന്ന അവളെ അവൻ പിൻവലിച്ചില്ല. അവളെ അവൻ തലോടി. വേറെ ഒരു തരത്തിൽ ആവണമെന്നില്ല.

ഇതിനെല്ലാം സാക്ഷിയായി നിൽക്കുന്ന പ്രീതി അപ്പുറത്ത്.

അക്ഷരാർത്ഥത്തിൽ അവൾ ഞെട്ടിപ്പോയി. അവർ എന്തൊക്കെയാണ് സംസാരിച്ചതെന്ന് അവൾ കേട്ടില്ല. പക്ഷേ അവൾക്ക് ഉൾക്കൊള്ളാൻ കഴിയുമായിരുന്നില്ല.....

*

കോംമ്പോയിൽ

വാതിൽ തുറന്നു വരുന്ന ആര്യൻ.

" എന്താ നീ ഇരുട്ടത്ത് ഇരിക്കുന്നത്?.. "

ലൈറ്റ് ഇട്ടപ്പോൾ സെറ്റിയിൽ ഇരിക്കുന്ന പ്രീതിയെ കണ്ട് അവൻ ചോദിച്ചു.

" കഴിഞ്ഞോ ക്ലബ്ബിലെ മീറ്റിംഗ്? "

അല്പം ശക്തിയായ സ്വരം, എല്ലാം അറിഞ്ഞു എന്നുള്ള ഭാവം..ആര്യന്റെ വാക്കുകൾ മുറിഞ്ഞു.

" അത്....., അത്... ആ കഴിഞ്ഞു"..

" ച്ചെ.. അപ്പോ മുഖത്ത് നോക്കി കള്ളം പറയുന്നത് ഒക്കെ... പഴയ കാമുകിയെ കാണാൻ അല്ലേ?... എന്തിന് ആ പഴയ ബന്ധം ഒക്കെ പൂവിട്ടു ഉണർത്തണോ?... "

" പ്രീതി വാട്ട് യു മീൻ?.. എന്താണ് നീ പറഞ്ഞു വരുന്നത്..? "

" ഞാൻ പറയുന്നതോ..?.. അതാണ് തെറ്റ്?.. നിനക്ക് ചെയ്യാം അല്ലേ... വാട്ട് എ) സൺ ഓഫ് ഭിച്ച്.."

" പ്രീതി സ്റ്റോപ്പ് ഞാൻ മാഹയെ കാണാൻ പോയി,, പക്ഷേ അത് പഴയ ബന്ധത്തിന് അല്ല... അവൾക്ക് അവസാനമായി കാണണം എന്നു പറഞ്ഞു.. എല്ലാത്തിനും ക്ഷമ ചോദിക്കാൻ... ഗുഡ്ബൈ പറയാൻ.. "

പ്രീതി ഒന്ന് അല്പം അടങ്ങി. ആര്യനിൽ ഇപ്പോഴും അവൾക്ക് വിശ്വാസമുണ്ടായിരുന്നു.

" നീയാണ് സത്യം... ഇനി ഞാൻ അവളെ കാണില്ല.അവളുമായി എനിക്ക്... കഴിയും എന്ന് നീ കരുതിയൊ..?.. "

അവനെ ഇപ്പോഴും അവൾ മനസ്സിലാക്കിയിട്ടില്ലേ എന്ന സംശയത്തോടെ ചോദിച്ചു.

ഒരു നിമിഷം പകച്ചു പോയ പ്രീതിയെ അവൻ അവനോടു ചേർത്തുനിർത്തി.

നീയാണ് എന്റെ എല്ലാം എന്ന സന്ദേശം പരോക്ഷമായി കൈമാറി. പിന്നെ എന്തൊക്കെയോ സ്നേഹപ്രകടനങ്ങൾ, പ്രീതി ആര്യനുയുമായി അഴുകി ചേർന്നു. പരസ്പരം ചുണ്ടുകൾ തമ്മിൽ വാരിപ്പുണർന്നു.

അശാന്തിയുടെ ഹൈദരാബാദ് സിറ്റിയിൽ മഞ്ഞ് പെയ്യുന്നതെന്നപോലെ, അല്ല പൂക്കുന്നതെന്നപോലെ..
**

ബുധനാഴ്ച.

നാളെ രാവിലത്തെ ട്രെയിനിലാണ് പ്രീതിയുടെ നാട്ടിലേക്ക് ഇരുവരും പോകാനുള്ള ടിക്കറ്റ് എടുത്തത്.

ഇരുവരും സന്തോഷത്തോടെ തയ്യാറെടുപ്പുകൾ നടത്തുകയാണ്.

അപ്പോഴാണ് ഋഷിയുടെ ഫോൺ കോള്.

ആര്യന്റെ കൈവശമുള്ള ചില കമ്പനി ഡോക്യുമെന്റ് വേണമെന്നു പറഞ്ഞ്.

ഹസീബിന്റെ കയ്യിൽ കൊടുത്താൽ പോരെ എന്ന് ചോദിച്ചപ്പോൾ, വേണ്ട എന്നായിരുന്നു മറുപടി.

HC യൂണിവേഴ്സിറ്റി ഗേറ്റിന് സമീപത്തേക്ക് വരാൻ പറഞ്ഞു.

അതുമായി ഹസീബിന്റെ കാറിലാണ് ആര്യൻ, ആര്യൻ പോയത്.

അങ്ങനെ പോകവെയ്യാണ് റോഡരികിൽ മൂന്ന് നാല് പുരുഷന്മാർ മാഹയെ വളഞ്ഞ് നിൽക്കുന്നത് കണ്ടത്. രാത്രി 11 മണി കഴിഞ്ഞാൽ

ഇത്തരം സിറ്റികളിൽ സ്ഥിതി ഇതുതന്നെയാണ്. ഒറ്റപ്പെട്ട സ്ത്രീകളെ വേട്ടയാടുന്ന മൃഗങ്ങൾക്ക് മുന്നിലാണ് അവൾ പെട്ടു നിൽക്കുന്നത്.

ആര്യൻ അതിവേഗം കാറ് സൈഡ്ഡാക്കി. അവരുടെ അടുത്തേക്ക് ചെന്നു.

ആര്യനെ കണ്ടപ്പോൾ അവൾക്ക് അഭയം കിട്ടിയെന്നതുപോലെ.

ചെറിയൊരു വാക്കേറ്റത്തിനും, സംഘട്ടനത്തിനും ശേഷം മാഹയെ അവരിൽ നിന്ന് അവൻ രക്ഷിച്ചെടുത്തു...

അവളെ അവൻ കാറിൽ കയറ്റി...

അവൾ പറഞ്ഞതിനനുസരിച്ച്, അവൾ താമസിക്കുന്ന ഫ്ലാറ്റിനെ ലക്ഷ്യമാക്കി അവൻ കാർ എടുത്തു...

കാർ മുന്നോട്ടു പോകുമ്പോഴും അവർ രണ്ടുപേരും മൗനത്തിലായിരുന്നു.

ഫ്ലാറ്റിന് മുന്നിൽ അവൻ കാർ നിർത്തി. അവൾ വല്ലാതെ പേടിച്ചിരിക്കുന്നു, അതുകൊണ്ട് തന്നെയാവണം, അവളെ താങ്ങിപ്പിടിച്ച് അവൻ അവളുടെ മുറിയിലേക്ക് നടന്നു.

അവളെ റൂമിൽ കിടത്തി. ആശ്വസിപ്പിച്ചു....

##

ഈ സമയം പ്രീതിയുടെ ഫോണിലേക്ക് ഒരു മെസ്സേജ്.

- ഞാൻ മാഹയാണ്. നിന്റെ കാമുകന്റെ പഴയ കാമുകി. ഇനി അവന് നിന്റെതായി വാഴ്ത്തപ്പെടുന്നതിന്റെ മുമ്പ്.. അവൻ എന്നെ തേടി വന്നിരിക്കുന്നു. എന്റെ സുഖം തേടി...

സംശയമുണ്ടെങ്കിൽ എന്റെ ഫ്ലാറ്റിലേക്ക് വരൂ...

ഇനിയെങ്കിലും അവനെ എനിക്ക് വിട്ടു തന്നൂടെ.."

പ്രീതി ഞെട്ടിപ്പോയി.

*

" ശരി ഞാൻ ഇറങ്ങട്ടെ, ഇനി ഈ നേരത്ത് ഒന്നും പുറത്തിറങ്ങരുത് പരിചയമില്ലാത്ത സിറ്റിയാണ്.. ശരി എന്നാൽ"

" ആര്യൻ പ്ലീസ് സ്റ്റേ വിത്ത് മി..."

ആര്യൻ പിന്നോട്ട് തിരിഞ്ഞു.

അവൾ കിടന്നു കൊണ്ട് അവനെ മാടി വിളിക്കുന്നു.

അവൾ മെല്ലെ എഴുന്നേൽക്കാൻ ശ്രമിച്ചു.

" നിന്നെ എനിക്ക് വേണം... പ്ലീസ്... പ്ലീസ്"

ഇതും പറഞ്ഞുകൊണ്ട് അവൾ അവനെ ബലമായി കെട്ടിപ്പിടിച്ചു.

" മാഹ.. എന്താ ഇത്..വിട്.. ഏയ് ... "

അവൻ കുതറി മാറാൻ ശ്രമിച്ചു.

അവൾ അവനെ ബലമായി പിടിച്ചു വയ്ക്കുകയാണ്. ഒരു പുരുഷന്റെ അഭിമാനം ഒരു സ്ത്രീ കവർന്നെടുക്കുന്ന രംഗം.

"മാഹ.. സ്റ്റോപ്പ്.. '..

" ഞാൻ വിടാം പക്ഷെ അവൾ വരട്ടെ..?. "

" ആര്?.. "

ആര്യന് അവളുടെ മുഖത്തേക്ക് ശക്തമായി നോക്കി.. ആസൂത്രിതമായാണ് ഇതെല്ലാം ചെയ്യുന്നതെന്ന്..

അപ്പോഴേക്കും, അവനെ അവൾ കട്ടിലിലേക്ക് തള്ളിയിട്ടു.. യൂണിവേഴ്സിറ്റി കബഡി ടീമിന്റെ ക്യാപ്റ്റനായിരുന്ന

അവളുടെ കൈക്കരുത്ത് ഈ നിമിഷത്തിൽ നമുക്ക് ഊഹിച്ച് എടുക്കാം.

കട്ടിലിൽ കിടക്കുന്ന ഇരുവർ.

ചില കടുത്ത ശ്രമങ്ങൾ.

കഴിഞ്ഞുപോയ ഷാൾ.

ധൃതിയിൽ വാതില് തുറന്ന് പ്രീതി

അവളുടെ കണ്ണുകൾക്ക് വിശ്വസിക്കാനാകുന്നില്ല.....

എല്ലാം തകർന്നടിഞ്ഞ് നിമിഷം.

തന്റെ ഭാവി ഭർത്താവിനെ കാത്തിരിക്കുന്ന വീട്ടുകാർ.

സ്വയം വിശ്വസിച്ചു പോയ പുരുഷൻ.

അവളുടെ സൗന്ദര്യം ആസ്വദിച്ചവൻ.

ഇനി ഒരിക്കലും മാഹയെ കാണില്ലെന്ന് പറഞ്ഞവൻ.

അവളുടെ കണ്ണിൽ നിന്നും

അശ്രു നിരകൾ നിയന്ത്രിക്കാനാവാത്ത വിധം താഴോട്ട് പെയ്തിറങ്ങി.

അവസാനം നീ ജയിച്ചു ആര്യൻ സന്തോഷമായില്ലേ നിനക്ക്....."..

" പ്രീതി വെയിറ്റ് നീ വിചാരിക്കുന്ന പോലെയല്ല..."

പദ്ധതി വിജയം കണ്ട അനുഭൂതിയിൽ മാഹ.

20

ചില യഥാർത്ഥ മുഖങ്ങൾ

ചില യഥാർത്ഥ മുഖങ്ങൾ

കോംബോയിൽ.

" പ്രീതി.., പ്ലീസ് എന്നെ മനസ്സിലാക്ക്.. അങ്ങനെയൊന്നുമല്ല,,, പ്ലീസ്... "

" മതി, പറഞ്ഞിടത്തോളം മതി.... നാളത്തെ നമ്മുടെ ടിക്കറ്റ് ഞാൻ ക്യാൻസൽ ചെയ്തു.. ഞാൻ പോവുകയാണ് "

" എങ്ങോട്ട്?.. ഞാൻ പറയുന്നത് കേൾക്ക് പ്ലീസ് "

" ഇല്ല ആര്യൻ, എല്ലാവരെയും എല്ലായ്പ്പോഴും വിഡ്ഢി ആകാമെന്ന് ധരിക്കരുത്....

പിന്നെ നിന്റെ കൂടെയുള്ള ഈ പത്ത് മാസം.. എനിക്ക് കുറെ നല്ല അനുഭവങ്ങൾ തന്നു.... ശരി..... ഞാൻ ഇറങ്ങുന്നു.. "...

" പ്രീതി..., പ്രീതി "

അപ്പോഴേക്കും അവൾ അവിടെ നിന്നിറങ്ങി കഴിഞ്ഞിരുന്നു. ഒരിക്കൽ ഈ കോംബോയിൽ നിന്ന് ഇറങ്ങി പോവില്ലെന്ന് പറഞ്ഞവൾ... അവിടെ മായുള്ള ബന്ധം വിച്ഛേദിക്കുകയാണ്.

പ്രീതിയുടെ മാനസിക അവസ്ഥയെക്കാളും ആര്യന്റെ മനോവിഷമം ആണ് എന്നെ നിസ്സഹായൻ ആക്കുന്നത്.

ചില സ്വാർത്ഥ ലക്ഷ്യങ്ങൾക്ക് വേണ്ടി മാഹയുടെ പദ്ധതിയിൽ, ആര്യന്റെയും, പ്രീതി യുടെയും പ്രണയത്തെ ബലിയാടാക്കുകയായിരുന്നു.

പ്രീതി, ആര്യനിൽ നിന്ന് ഇറങ്ങി പോകുന്ന രംഗം, അത്യധികം വേദനാജനകം ആയിട്ടും ഭയാനകമായിട്ടും ആണ് ഞാൻ വിലയിരുത്തുന്നത്.

....

" ആര്യൻ, ഞാൻ അന്വേഷിച്ചു പ്രീതിയുടെ സ്റ്റാഫ് മേറ്റ് ആയ ഇറാനിയുടെ വീട്ടിലേക്കാണ് അവൾ ഇന്നലെ പോയത്... '"

"മ്മ്.. "

" പിന്നെ അവൾ ഫ്ലോറിഡ കമ്പനിയിലെ ജോലി രാജി വെക്കുകയാണ് എന്നറിഞ്ഞു. അത്രയ്ക്ക് ഉണ്ടാവാൻ എന്താ ഇപ്പോൾ സംഭവിച്ചത്..?.. "

ഒരു വലിയ സംശയത്തോടെ ഹസീബ് ചോദിച്ചു.

അൽപ്പനേരം ഒന്ന് മിണ്ടാതിരുന്ന ശേഷം, ആര്യൻ കാര്യങ്ങളെല്ലാം പറഞ്ഞു.

" ശരി ഞാൻ ഒന്ന് പറഞ്ഞ് മനസ്സിലാക്കട്ടെ അവളെ.., ഞാൻ സംസാരിക്കാം.. "

"മ്മ് "..

ലോകം നഷ്ടപ്പെട്ട ആര്യൻ ഒരു മൂളലിൽ അവന്റെ വാക്കുകൾക്ക് സ്ഥാനം നൽകി.

ഇത്തരമൊരു ദൗർഭാഗ്യകരമായ സംഭവത്തിൽ ഹസീബിനും നിരാശ ഉണ്ടായിരുന്നു.

എന്നാൽ അവന്റെ ശ്രമം ഒന്നും ഫലം കണ്ടില്ല.

പ്രീതി ഒന്ന് സംസാരിക്കാൻ പോലും തയ്യാറാകുന്നില്ല.

പ്രീതി ഫ്ലോറിഡ ഐടി കമ്പനിയിലെ സുപ്പീരിയർ പൊസിഷന് രാജിവെച്ചു...

അവൾ നാട്ടിലേക്ക് പോവാൻ ഒരുങ്ങുകയാണ്.

പലരും ഇത്തരമൊരു പക്വതയില്ലാത്ത കടുത്ത തീരുമാനത്തെ വിമർശിച്ചു.

അവൾ അതെല്ലാം ഒറ്റയടിക്ക് നേരിടുകയായിരുന്നു.

ഇത്തരം ഒക്കെയുള്ള തീരുമാനത്തിൽ എപ്പോഴെങ്കിലും അവൾ തന്നെ ഒന്ന് വിളിക്കുമായിരുന്നു എന്ന് ആര്യൻ പ്രതീക്ഷിച്ചു.

പ്രീതി ഇല്ലാത്ത ദിവസങ്ങൾ എത്രയോ കഠിനമായി അവനു തോന്നി.

പ്രീതി നാളെ പോവുകയാണ്.

അങ്ങനെ അശാന്തിയുടെ ഹൈദരാബാദ് സിറ്റിയിൽ നിന്നും അവൾ മോചിതയാകുന്നു.

മാഹയെ പറ്റി പിന്നെ ഒന്നും ആരും കേട്ടില്ല...

അവൾ വന്നു പോയി..

ആര്യൻ ഇപ്പോൾ ആദ്യമായി മനസ്സറിഞ്ഞ് മാഹയെ വെറുത്തു.

അവന്റെ നിരപരാധിത്വം പ്രീതി ഒന്ന് അറിഞ്ഞെങ്കിൽ എന്ന് അവൻ എത്ര ആശിച്ചുപോയി.

....

" ഹലോ,, ഹസി എനിക്ക് ഇറാനിയുടെ നമ്പർ ഒന്നു വേണം.. " (ഋഷി).

" ഏത് പ്രീതിയുടെ?.. "

" അതെ.., ഞാൻ വിളിച്ചിട്ട് പ്രീതി ഫോൺ എടുക്കുന്നില്ല,, ഞാൻ ഒന്ന് സംസാരിച്ചു നോക്കട്ടെ.. എനിക്ക് അവളെ ഒന്ന് കാണണമായിരുന്നു... "

" ശരി.. എങ്കിൽ പിന്നെ ആര്യനെ കൂടി ഒന്ന് ചേർത്തിരുത്തി സംസാരിച്ചു കൂടെ.? . പ്രീതി നാളെ പോവുകയാണ് എന്നാണ് അറിഞ്ഞത്.. അതിനു മുമ്പെങ്കിലും.. "'

" അല്ല ഞാൻ ആദ്യം പ്രീതി യുമായി സംസാരിക്കട്ടെ,,, അവൾ നാളെ നാട്ടിലേക്ക് പോകില്ല പോരെ..?.. "

"മ്മ്... നമ്പർ ഞാൻ ഷെയർ ചെയ്തിട്ടുണ്ട്.. "

" ഓക്കേ ബൈ"...

പ്രീതി യുമായി ഒരു കൂടിക്കാഴ്ച ഈ അവസരത്തിൽ അത്യാസന്നമായി ഋഷിക്ക് തോന്നിയിരുന്നു.

ഇത്ര എളുപ്പത്തിൽ അവൾ അതിന് തയ്യാറാകും എന്ന് അവൻ കരുതിയില്ല.

അന്ന് വൈകുന്നേരം റിഷി താമസിക്കുന്നിടത്തേക്കാണ് പ്രീതിയെ വരുത്തിയത്.

" പ്രീതി ഇത് ആലോചിച്ചെടുത്ത തീരുമാനം തന്നെയാണോ?.. "

" ഉം... അതെ., ഇനി വീണ്ടും അവനെ വിശ്വസിക്കാൻ എനിക്ക് കഴിയില്ല... "

**

പ്രീതിയുടെ തീരുമാനം കടുത്തതായിരുന്നു. അതുകൊണ്ടുതന്നെ റിഷി അവളോട് സംസാരിച്ചാലും അവളുടെ മനസ്സിനെ ഇളക്കാൻ പറ്റുമെന്ന് ഹസീബിൻ തോന്നിയിരുന്നില്ല.. ഈ ഒരു നിമിഷത്തിൽ എന്തുകൊണ്ടും ആര്യനും, പ്രീതിയും ഋഷിയുടെ മധ്യസ്ഥതയിൽ ഒന്നിച്ചിരുന്നു സംസാരിക്കുന്നതായിരിക്കും നല്ലതെന്ന് ഹസീബിന് ബോധ്യമുണ്ടായിരുന്നു.

അതുകൊണ്ടാണ് ആ സമയത്ത്, ആര്യനെ കൂട്ടി ഹസീബ് ഋഷിയുടെ താമസസ്ഥലത്തേക്ക് എത്തിയത്.

" കമോൺ ആര്യൻ.. എല്ലാം വളരെ സൗമ്യമായി അവളെ പറഞ്ഞ് മനസ്സിലാക്ക്.. "

കാറിൽ നിന്ന് അവനെ ഇറക്കി കൊണ്ട് ഹസീബ് പറഞ്ഞു.

ചെറിയൊരു ശുഭ പ്രതീക്ഷ ആര്യനിൽ ഉണ്ടായിരുന്നു.

**

" അപ്പോൾ ഇനി ഒരു മാറ്റം ഇല്ല അല്ലേ?.. "

" ഇല്ല "

ഋഷി അസംതൃപ്തിയുടെ ഒരു നെടുവീർപ്പിട്ടു.

" ഞാൻ ഇറങ്ങുകയാണ് ഋഷി... ശരി എന്നാൽ.. ഇനിയൊരു കണ്ടുമുട്ടൽ ഉണ്ടാകുമോ എന്നറിയില്ല "

"മ്മ്.. ശരി പ്രീതി നല്ലതു വരട്ടെ.. "..

തിരിച്ചിറങ്ങാൻ ഒരടി പ്രീതി മുന്നോട്ടുവെച്ചു...

പിന്നോട്ട് നോക്കാതെ യായിരുന്നു ആ ചോദ്യം.

" നിന്റെ പദ്ധതി പൂർണമായി വിജയിച്ചു അല്ലേ?"..

ഒരു നിമിഷം ഋഷി പകച്ചു. അവന്റെ മുഖം വിളറി..

" പ്രീതി എന്താ പറഞ്ഞത്.?.. "

" നിന്റെ പദ്ധതി പൂർണമായി വിജയിച്ചു അല്ലേ എന്ന്... "

ഒരു നിമിഷം വിളറിയ മുഖത്ത് ചെറിയൊരു ചിരി പടർന്നു.

വേറെയൊരു മുഖമായിരുന്നു പിന്നീട് അവനിൽ പ്രകടമായത്.

".. മ്മ് വെൽ അപ്പോൾ നിനക്ക് എല്ലാം മനസ്സിലായി അല്ലേ, മാഹ നിന്നെ കാണാൻ വന്നിരുന്നു... അല്ലേ.. ആര്യന്റെ മാത്രം പ്രീതി.... "

പ്രീതിക്ക് അവിശ്വസനീയമായി തോന്നി.

" യെസ് എല്ലാം എന്റെ പ്ലാൻ ആയിരുന്നു.. നീ എന്തു വിചാരിച്ചു.. നിന്നെ പ്രശ്നം പരിഹരിച്ച് സൽക്കരിക്കാൻ വിളിച്ചതാണ് എന്നോ.".. പുച്ഛ ഭാവത്തോടെ ഋഷി ചോദിച്ചു.

" യെസ് എല്ലാം എന്റെ പ്ലാൻ ആയിരുന്നു.. നീ എന്തു വിചാരിച്ചു.. നിന്നെ പ്രശ്നം പരിഹരിച്ച് സൽക്കരിക്കാൻ വിളിച്ചതാണ് എന്നോ.".. പുച്ഛ ഭാവത്തോടെ ഋഷി ചോദിച്ചു.

21

മഞ്ഞ് പൂക്കുന്നിടത്തേക്ക്

മഞ്ഞ് പൂക്കുന്നിടത്തേക്ക്

ഇതിനെല്ലാം രണ്ടുദിവസം മുൻപ് മാഹ പ്രീതിയെ കാണാൻ എത്തിയിരുന്നു. ഒഴിഞ്ഞുമാറാൻ ശ്രമിച്ച പ്രീതിയെ മാഹ നിർബന്ധപൂർവ്വം അവളുടെ വാക്കുകൾ കേൾക്കാൻ പിടിച്ചിരിത്തുകയായിരുന്നു

മാഹ പറഞ്ഞു തുടങ്ങി.

" ആര്യന് ഇപ്പോഴും അറിയാത്ത ചില സത്യങ്ങളുണ്ട്. അതുപോലെ നിനക്കും അറിയാത്തതായി.......

നീ കരുതുന്ന പോലെയല്ല കാര്യങ്ങൾ.... ഞാൻ വിവാഹിതയാണ്.. (ഒരല്പ്പ വിങ്ങലോടെ)... ഋഷിയുടെ ആവശ്യങ്ങൾക്ക് വേണ്ടി ഞാൻ വീണ്ടും ആര്യനെ തേടിയെത്തുകയായിരുന്നു..

ഇത്രയും കേട്ടപ്പോഴേക്കും പ്രീതി അമ്പരന്നു. മാഹ പറയുന്നതെന്താണെന്ന് കേൾക്കാൻ അവൾ കാതുകൂർപ്പിച്ചു.

" ആറ് വർഷങ്ങൾക്കു മുൻപ്., ഞങ്ങളുടെ അക്കാദമിക് അവസാനവർഷ കാലഘട്ടത്തിൽ,, അപ്പോഴാണ് ഞാനും ആര്യയും തമ്മിൽ ബ്രേക്കപ്പ് ആയത്... എന്താണ് അതിന്റെ കാരണം എന്ന് ഇപ്പോഴും ആര്യൻ അറിയില്ല...,,,

ഋഷി.... അവനാണ് എല്ലാത്തിനും കാരണം.. അവൻ ഒരു ക്രിമിനൽ മൈൻഡ് ആണ്.. (ഭയത്തോടെ മാഹ പറയുന്നു)...

" അവന് എന്റെ മുമ്പിൽ വെച്ച് ഒരേ ഒരു ആവശ്യം, ആര്യനെ വിട്ടുപോവുക എന്നായിരുന്നു. ഞാൻ അന്ന് അവന്റെ മുൻപിൽ കീഴ്പ്പെട്ടു പോയി... ഇന്നും ഞാൻ ഭയക്കുന്ന വസ്തുതകളുണ്ട്... എന്റെ മാനം രക്ഷിക്കാൻ അന്ന് അങ്ങനെ ചെയ്യേണ്ടി വന്നു.. അവന്റെ കയ്യിൽ ഉള്ള എന്റെ ശരീരഭാഗങ്ങളുടെ പകർപ്പ് പുറംലോകം കാണാതിരിക്കാൻ.... (അവൾ മെല്ലെ കരഞ്ഞു തുടങ്ങി).. അന്ന് അതൊരു ഭീഷണിപ്പെടുത്തൽ ആയിരുന്നില്ല.. ആര്യൻ വിട്ടു പോയാൽ 5 ലക്ഷം രൂപയും അവൻ എനിക്ക് ഓഫർ ചെയ്തിരുന്നു...

(മാഹ ഒരു നെടുവീർപ്പിട്ടു).. ബിസിനസ് തകർന്ന് അച്ഛൻ.... അദ്ദേഹത്തിനു മുൻപിൽ സെൻട്രൽ യൂണിവേഴ്സിറ്റി സ്റ്റുഡന്റ് ഫെല്ലോഷിപ്പ് എന്ന് പറഞ്ഞ് വിശ്വസിപ്പിച്ചു... അങ്ങനെ ആ തുക ഞാൻ കൈപ്പറ്റി... സത്യമായും എനിക്ക് കുറ്റബോധമുണ്ട്.,,

അതുകൊണ്ടുതന്നെയാണ് ഞാൻ നിന്നെ കാണാൻ വന്നത്.

നീ ആര്യനെ മനസ്സിലാക്കണം...

ഞാൻ കാരണം നിങ്ങളുടെ ബന്ധം മുറിക്കരുത്...

അന്ന് റെയിൽവേ സ്റ്റേഷനിൽ വെച്ച് ആര്യനെ കണ്ടത് യാദൃശ്ചികമായി അല്ല....

കുറേ കാലത്തിനു ശേഷം എന്നെ തിരഞ്ഞു ഋഷി, വന്നു...

വീണ്ടും അവനെ എന്നെ ആവശ്യമുണ്ട്. എന്നെക്കൊണ്ട് അവനെ ചില പ്രത്യേക ആവശ്യങ്ങൾ ഉണ്ടായിരുന്നു... വേറെ തരത്തിൽ പറഞ്ഞാൽ ഒരു നാടകം...

അതിനുവേണ്ടി ഞാൻ നിങ്ങൾ മുമ്പിൽ ആ പഴയ മാഹയാവുകയായിരുന്നു...

എല്ലാം നാടകങ്ങൾ..

അവസാനമായി കാണണമെന്ന് പറഞ്ഞു റസ്റ്റോറന്റേല്ക്ക് വിളിപ്പിച്ചത്.. അവിടെ നിന്നെ എത്തിച്ചത്.,, അതും കഴിഞ്ഞ് നിങ്ങൾ നാട്ടിലേക്ക് പോകുന്നതിന്റെ പിറ്റേന്ന് കമ്പനി ഡോക്യുമെന്റുകളുടെ കാര്യം പറഞ്ഞ് ആര്യനെ എന്റെ ഫ്ലാറ്റ് മുറിയിലേക്ക് എത്തിച്ചത്...,,,

എല്ലാം നാടകം...

ഇത്രയൊക്കെ കേട്ടപ്പോഴേക്കും പ്രീതി തകർന്നു.

ഒരു ചലച്ചിത്രാവിഷ്കാരമാണ് അവളുടെ മുന്നിൽ അരങ്ങേറിയത്. നടിയായി മാഹയും , ഒന്നും അറിയാതെ അതിൽ ഒരു നടനായി ആര്യനും..

സംവിധായകൻ ഋഷിയും...

" ആര്യ നെ മനസ്സിലാക്കണം സത്യം എല്ലാം അവനെ ബോധിപ്പിക്കണം എന്നെ വെറുക്കരുത് എന്ന് പറയണം.. ഇപ്പോൾ എനിക്ക് അങ്ങനെയൊക്കെ ചെയ്യേണ്ടി വന്നത് എന്റെ കുടുംബം തകരരുത് എന്ന് കരുതിയാണ്... ഒരുപക്ഷേ റിഷി അതിനും മടിക്കില്ല....

നിങ്ങൾ ഒന്നിക്കണം,,,

നിങ്ങൾ ഒന്നിക്കണം

****

" യെസ്.. എല്ലാം ഞാനായിരുന്നു... എനിക്ക്... എനിക്ക് എന്റെ ആര്യനെ നഷ്ടപ്പെടാതിരിക്കാൻ വേണ്ടി.. നീ സ്നേഹിക്കുന്നതിനേക്കാൾ പതിനായിരം മടങ്ങ് ഞാൻ അവനെ സ്നേഹിക്കുന്നു... എന്നിട്ടിപ്പോ നിങ്ങൾ ഒന്നാകും അല്ലേ... അപ്പോൾ ഞാൻ,,,,,

(മനോനില തെറ്റി എന്നതുപോലെ ഋഷി)..

ഒരു പുരുഷന് പുരുഷനെ പ്രണയിക്കുന്നതിന് സൂത്രവാക്യം ഇങ്ങനെയാണോ എന്ന് സംശയമുണ്ട്. ഈയൊരു സ്നേഹത്തെ എങ്ങനെ നിർവ്വഹിക്കണം എന്ന് എനിക്ക് അറിയില്ല.

ഒരു മികച്ച സുഹൃത്ത് എന്നതിലുപരി വേറെ എന്തെങ്കിലും അവർക്കിടയിൽ പൊട്ടിമുളച്ചത് ഉണ്ടാവണം..

റിഷിയ്ക്ക് ചില പ്രത്യേക വികാരങ്ങൾ ആര്യനോട് തോന്നിയിരിക്കും.

" ഇതുപോലെ വന്നവളെ വളരെ നിസ്സാരമായി ഞാൻ ഒഴിവാക്കി., പക്ഷേ നീ.,,, സ്ത്രീകളെ അവൻ വെറുത്തു.,, അവൻ എന്റെത് മാത്രമാണ് എന്ന് ചിന്തിക്കുമ്പോഴാണ് നീ എത്തിയത്...

മാഹ് നിന്നെ കാണാൻ വന്നു അല്ലേ?.. എല്ലാം നിന്നെ അറിയിക്കാൻ,,,,,

(ഒരു വസ്തുത എന്തെന്നാൽ, ഹസീബ്, ആര്യനെ അവിടെ കൊണ്ട് ഇറക്കി വിട്ടിട്ടുണ്ട്.. വളരെ അപ്രതീക്ഷിതമായിട്ടാണ് ഇതെല്ലാം

കേട്ടുകൊണ്ട് അവിടേക്ക് വരുന്നത്.. അവനു സ്വപ്നത്തിൽ പോലും വിചാരിക്കാത്ത രംഗങ്ങൾ തന്റെ മുമ്പിൽ നടക്കുന്നു).

" പക്ഷേ..,, ഇനി നീ ജീവിച്ചിരിക്കാൻ പാടില്ല,, "

ഒരു ഭ്രാന്തനെപ്പോലെ റിഷി പ്രീതിയുടെ കഴുത്തിൽ ആഞ്ഞുപിടിച്ചു. ശ്വാസത്തിന് വേണ്ടി അവന്റെ കൈപ്പിടിയിൽ കിടന്ന് അവൾ പിടഞ്ഞു.

വളരെ പെട്ടെന്നായിരുന്നു ആര്യൻ ഋഷിയെ ചവിട്ടി മാറ്റിയത്...

"ഋഷി.... നീ... നീ.. (അവന് വാക്കുകൾ കിട്ടുന്നില്ല)..

അപ്രതീക്ഷിതമായി ആര്യന്റെ ആഗമനത്തിൽ ഋഷി.. ഞെട്ടിപ്പോയി..

" എസ് ആര്യൻ,,, നീ എന്നോട് എപ്പോഴും ചോദിക്കാറില്ലേ? എന്താ പല ഓപ്പർച്യൂണിറ്റി കളും ഞാൻ അവൈഡ് ചെയ്യുന്നതെന്ന്...യെസ്... ഐ നീഡ് യു... എനിക്ക് നിന്നെ വേണമായിരുന്നു.നിന്റെ കൂടെ എപ്പോഴും എനിക്ക് നിൽക്കണമായിരുന്നു..(ഒരു ഭ്രാന്തനെപ്പോലെ അവൻ പറഞ്ഞു കൊണ്ടിരുന്നു..)

ആര്യന്റെ കണ്ണുകൾക്ക് കനം കൂടി. കൈത്തണ്ടയിലെ രക്ത സിരകളിൽ രക്തയോട്ടം തിടുക്കത്തിലായി. സ്വയം നിയന്ത്രിതമായി അവൻ പിടിച്ചുനിന്നു.

' നിന്നെ കണ്ടതു മുതൽ, നീ എന്റെ മാത്രമായിരുന്നു ആര്യൻ

ഓർക്കുന്നുണ്ടോ നമ്മൾ കണ്ടത് മുതൽ ഉള്ള കാര്യങ്ങൾ നീ ഓർക്കുന്നുണ്ടോ നമുക്ക് വേറെ ആരും വേണ്ട ആരും വേണ്ട. നിനക്ക് ഞാൻ നീയെനിക്ക് വേറെ ആരും വേണ്ട വേറെ ആരും വേണ്ട ....'

അതും പറഞ്ഞ് ആ നിരാശാകാമുകൻ തളർന്നു തളർന്നു നിലപ്പിരായി

ആര്യൻ പ്രീതിയുടെ മുഖത്തേക്ക് നോക്കി

അവളുടെ കവിളിൽ തലോടി. അവർ പരസ്പരം സമാധാനിപ്പിച്ചു.

വളരെ പെട്ടെന്നായിരുന്നു ഒരു അലറലോടലേറൽ സമയത്ത് ഋഷി ഒരു കത്തിയുമായി അവരുടെ അടുത്തേക്ക് കുതിച്ചെത്തിയത്.

ആര്യൻ പ്രീതിയെ തള്ളിമാറ്റി. അവിടെയൊരു വൻ സംഘട്ടനം തന്നെ നടന്നു.

ഋഷിയ്ക്ക് കൊല്ലേണ്ടത് പ്രീതിയെയാണ്. അതായില്ലെങ്കിൽ ആര്യനെയും കൊന്ന് അവനും ചാവണം.

പ്രേമ ശക്തിയോ മറ്റെന്തെങ്കിലുമോ വില്ലനിസമോ ഹീറോയിസമൊ സംഘർഷത്തിന്റെ തീവ്രതയ്ക്ക് ആക്കം കൂടി

അടിവയറ്റിൽ ഏറ്റ ശക്തമായ തൊഴിയുടെ ആഘാതത്തിൽ നിലത്തുവീണ ഋഷിയുടെ മേലേക്ക് കത്തിയുമായി ആര്യൻ ചാടിവീണു.

അവൻ സർവ്വശക്തിയുമെടുത്ത് കത്തി മേലോട്ടുയർത്തി

"..നോ...ആര്യൻ " പ്രീതി അലറി.

"ഇല്ല ഋഷി... നിന്നെ വേദനിപ്പിക്കാൻ എനിക്ക് കഴിയില്ല., (ആര്യൻ കത്തി വലിച്ചെറിഞ്ഞു)... "you.. ക്രുവൽ... നിന്നെ ഞാൻ സ്നേഹിച്ചിരുന്നു, ഒരു കൂടപ്പിറപ്പിനെ പോലെ,, നീയെന്റെ നല്ല സുഹൃത്തായിരുന്നു., എനിക്ക് മനസ്സിലാകുന്നില്ല ഞാൻ നിനക്ക് എങ്ങനെയാവണമെന്ന്.. "

ആര്യൻ പൊട്ടിക്കരഞ്ഞു.

ഋഷിയും കരയുന്നു..

അവൻ എണീറ്റ് ആര്യയെ കെട്ടിപ്പിടിച്ചു.

' സോറി ആര്യൻ.,, സോറി. എനിക്കറിയില്ല ഞാൻ എന്താ ഇങ്ങനെ എന്ന്, ആര്യൻ ഡോണ്ട് ഹേറ്റ് മീ, ഡോണ്ട് ഹേറ്റ് മീ '

ഋഷി നിലത്തികിടന്ന് കൈകൾ തലയിൽ അമർത്തിക്കൊണ്ട് ഇങ്ങനെ പറഞ്ഞുകൊണ്ടിരുന്നു.

ഒരുനിമിഷം അനിശ്ചിതത്വം

ശേഷം ആര്യൻ ഋഷിയെ പിടിച്ചെഴുന്നേൽപ്പിച്ചു.

ഋഷി ആര്യന്റെ മുഖത്തേക്ക് ദയനീയമായി വികൃതമായ ആത്മാർത്ഥതയുടെ നിസ്സഹായതയിൽ വേദനയുടെ നോട്ടം നോക്കി

ആര്യനും പിടിച്ചുനിൽക്കാനായില്ല

അവർ രണ്ടുപേരും

കരഞ്ഞുകൊണ്ട് കെട്ടിപ്പിടിച്ചു...

പ്രീതി സമീപം നോക്കിനിന്നു...

ഋഷി താൻ ചെയ്ത അപരാധം ഓർത്ത് ആര്യനോട് മാപ്പ് പറഞ്ഞു കൊണ്ടിരുന്നു.,,,

###

ഈ നിമിഷത്തിൽ എങ്കിലും പ്രീതി എല്ലാം മറക്കുമായിരുന്നു എന്ന് തോന്നി..

പക്ഷേ അവൾ നേരെ ഇറാനിയുടെ വീട്ടിലേക്കാണ് പോയത്,,.

നാളെ അവൾ നാട്ടിലേക്ക് പോവുക തന്നെയാണ് ആ തീരുമാനത്തിന് മാറ്റമൊന്നുമില്ല...

പിറ്റേന്ന് രാവിലെ അവൾ ട്രെയിൻ കയറി.,

ട്രെയിൻ മുന്നോട്ടു പോകുന്തോറും.. എല്ലാം വഴിയിൽ ഉപേക്ഷിക്കുക എന്ന പോലെ..

ഒരു ദിവസത്തെ യാത്രക്ക് ശേഷം അവൾ നാട്ടിലെ സ്റ്റേഷനിലെത്തി...

തന്റെ പെട്ടികൾ ട്രെയിനിൽ നിന്ന് ഇറക്കി വെക്കുന്നതിനിടയിലാണ് ഒരു കൈ, അവളുടെ കയ്യിൽ ചെന്ന് പിടിച്ചത്..,

ആര്യൻ ആയിരുന്നു അത്.

" എന്നോട് സത്യം, പറ ഞാൻ വരുമെന്ന് നീ പ്രതീക്ഷിച്ചിരുന്നില്ല?.. "

" പ്രതീക്ഷിച്ചില്ല.... (അല്പം വൈകി അവനെ നോക്കി കൊണ്ട്)... ഉറപ്പിച്ചിരുന്നു.. "..

അവൾ അവനെ കെട്ടിപ്പിടിച്ചു...

അവൻ അവളെ തലോടി..

രണ്ടുപേരുടെയും കണ്ണിൽനിന്ന് ആനന്ദധാര ഒഴുകി വന്നു...,

" അല്ല എവിടെ നിന്റെ... മഞ്ഞ് പൂക്കുന്നത്..,?.. ഇവിടെ മഞ്ഞു പെയ്യുകയാണല്ലോ?.. "

അവൻ കളിയാക്കി ചോദിച്ചു..

അവൾ സന്തോഷംകൊണ്ട് കരയുമ്പോഴും ഒന്ന് ചിരിച്ചു...

മഞ്ഞ് പൂക്കുന്നത് ഇവിടെയാണെകിലും, ആര്യന്റെയും, പ്രീതിയുടെയും പ്രണയം പൂത്ത അങ്ങ് ഹൈദരാബാദിലാണ്.

ഈ കഥ ഇവിടെ അവസാനിക്കുകയാണ്.

ഋഷി ബാങ്കോക്കിലെ കാസ് മാഗസിനിലെ ജോലിക്കായി പോകുന്നു. മാഹ എല്ലാത്തിനും മാപ്പ് പറയുന്നതിനായി ആര്യനെ കാണാൻ വരുന്നു.. പ്രീതിക്ക് പിന്നീട്

സുപ്പീരിയർ പോസ്റ്റ് ഇല്ലെങ്കിലും ഫ്ലോറിഡ കമ്പനിയിൽ തന്നെ വീണ്ടും ജോലി ലഭിക്കുന്നു....

അങ്ങനെ എന്തൊക്കെയോ ഇനിയും സംഭവിക്കാം...

പതിവിൽ നിന്ന് വിപരീതമായി അന്ന് ഹൈദരാബാദ് സിറ്റി ശാന്തി ഉള്ളതായിരുന്നു.

നിശ്ചയം ഇനി ആരുടെയൊക്കെയോ പ്രണയം വീണ്ടും അവിടെ പൂക്കാനുണ്ട്

www.ingramcontent.com/pod-product-compliance
Lightning Source LLC
Chambersburg PA
CBHW061355160726
47995CB00001B/330